पोळ्या पराठे आणि काही...

सुधा कुलकर्णी

सकाळ प्रकाशन

सकाळ प्रकाशन

पोळ्या, पराठे आणि बरंच काही...

एच-२०३, वृंदावन हाईट्स,
कोथरुड, पुणे - ३८. मो.९८६०१७५९४५

प्रथमावृत्ती : मे २०१६

अक्षरजुळणी आणि मांडणी
अश्विनी महाजन

मुखपृष्ठ
सिद्धिका वैद्य, पुणे

प्रकाशक
सकाळ पेपर्स प्रा. लि.
५९५, बुधवार पेठ, पुणे ४११ ००२

ISBN : 9789384316679

अधिक माहितीकरिता :
०२०-२४४० ५६७८/८८८८८ ४९०५०
sakalprakashan@esakal.com

पुस्तक लिहिण्यासाठी
मला उद्युक्त करणाऱ्या
आणि
हे पुस्तक वाचून
स्वत: पोळ्या करण्यास उद्युक्त होणाऱ्या,
जगभर विखुरलेल्या माझ्या सर्व लेकींना
प्रेमपूर्वक अर्पण!

मनोगत

मायक्रोवेव्ह ओव्हन आणि मायक्रोवेव्ह कुकिंगचा शास्त्रशुद्ध अभ्यास, त्यातील आपल्या म्हणजे भारतीय– विशेषत: महाराष्ट्रीय– पदार्थांचे केलेले प्रयोग, या विषयावरील मासिकांतील लेख आणि पुस्तकांचे लिखाण, मायक्रोवेव्हमधील कुकिंगची वर्कशॉप्स आणि घरी घेत असलेले क्लास, टीव्ही चॅनलवरील लाईव्ह आणि मायक्रोवेव्ह कुकरी शोज, इंटरनेटवरील ब्लॉग आणि अपलोड केलेले मायक्रोवेव्हमधील पदार्थांचे व्हिडीओज या सगळ्या धामधुमीत आयुष्याच्या दुसऱ्या पर्वातील– 'सेकंड इनिंग'मधील १५ वर्षे कशी संपून गेली ते कळलेच नाही.

बऱ्याच वेळा एकच एक काम सातत्याने करत राहिल्याने काही काळ त्या कामाचा कंटाळा येतो. आता काहीतरी नवीन करावे असे वाटू लागते. माझ्याबाबतही असेच काहीसे घडले. तसा 'मायक्रोवेव्ह कुकिंग' हा विषय मला नेहमीच नावीन्यपूर्ण आणि ताजा वाटत आला आहे. त्यामुळे कंटाळा आला नसला तरी आता काहीतरी वेगळे करावे असे वाटायला लागले होते आणि ही संधी मला माझ्या क्लासमधल्या काही विद्यार्थिनींनीच दिली.

आतापर्यंत मी फक्त मायक्रोवेव्हचेच क्लास घेत होते. हल्ली माझ्याकडे क्लास केलेल्या काहीजणी आता पोळ्या–पराठे शिकवा, तो क्लास घ्या म्हणून खूप मागे लागल्या. विशेषत: लग्न ठरलेल्या आणि नवीन लग्न झालेल्या, परदेशात जाणाऱ्या मुलींनी गळच घातली. मग त्यांच्यासाठी हा क्लास घ्यावा असे ठरवले.

एखादी गोष्ट स्वत:ला उत्तम प्रकारे करता येणे आणि तीच गोष्ट इतरांना उत्तम प्रकारे शिकवता येणे या दोन पूर्णपणे भिन्न गोष्टी आहेत. त्यामुळे कोणत्याही प्रकारच्या पोळ्या काय, पराठे काय– दोन्ही करणे माझ्यासाठी सोपे असले तरी क्लासमध्ये शिकवायचे म्हटल्यानंतर

त्या दृष्टीने तयारी करणे क्रमप्राप्तच होते. त्यानुसार पोळ्या-पराठ्यांचे २०-२५ प्रकार निवडणे, त्यांच्या प्रिंटेड नोट्स तयार करणे, क्लासमध्ये शिकवायच्या दृष्टीने पदार्थांचे वेळेनुसार प्रमाण आणि क्रम ठरवणे इत्यादी गोष्टींचा अभ्यास आणि तयारी झाली. याहीपेक्षा महत्त्वाचे म्हणजे पोळ्या-पराठ्यांची सविस्तर माहिती, त्यातील शास्त्र, प्रत्यक्ष करण्यातले बारकावे, खाचाखोचा, पोळी करताना 'चुकते कुठे' आणि ती चूक सुधारायची किंवा टाळायची कशी, पोळी हमखास चांगली व्हावी यासाठी काही सूचना, अनुभवाने आलेल्या युक्त्या या सर्व गोष्टींचा विचार करावा लागला. क्लास म्हटला की विचारलेल्या शंकांना योग्य आणि शास्त्रशुद्ध उत्तरे देता यायला हवीत.

वरील सर्व सोपस्कार पूर्ण झाले, आणि पहिला क्लासही झाला. नेहमीप्रमाणेच क्लास उत्तम झाला, मुली खूश झाल्या. एकदोघींनी पोळ्या करायला जमू लागल्याचे आवर्जून दूरध्वनीवरून कळवले. परदेशात गेलेल्या मुलींची 'मेल' आली. तिकडे पुरणपोळी किंवा विविध प्रकारचे स्टफ्ड पराठे करून नवऱ्याला कसे चकित केले याची सविस्तर मेल पाठवली. क्लासही पुढे नियमितपणे चालू राहिला. मात्र, एवढ्यावरच हा विषय संपला नाही. तो डोक्यात पक्का घुसून बसला होता. क्लासच्या निमित्ताने या विषयाचा खूप अभ्यास-विचार झालेला होताच. त्या निमित्ताने कितीतरी सहज होत असलेल्या गोष्टीतले बारकावे नव्याने लक्षात येत होते. डोक्यात सतत चालू असलेले विचार संपत नव्हते. आणि मग लक्षात आले, पोळी-पराठे हा विषय पोळ्या-पराठ्यांचा केवळ तीन-चार तासांचा क्लास घेण्यापुरता किंवा २०-२५ प्रकारच्या पोळ्या-पराठ्यांच्या नोट्स छापण्यापुरता मर्यादित नाही; त्याचा आवाका खूप मोठा- पुस्तकाचा- आहे. शिवाय पुस्तकाचा विषय गृहिणींच्या, मुलींच्या गरजेचा आणि प्रेमाचा आहे. मग मात्र या विषयाचे सविस्तर पुस्तक लिहायचेच हा विचार पक्का झाला.

नोट्सच्या आधारे पुस्तक लिहिणे म्हणजे छोट्याशा एकांकिकेचे रूपांतर दोन अंकी नाटकात करण्यासारखे होते. तेही नोट्सच्या मूळच्या लिखाणात नुसते 'पाणी' वाढवून नव्हे तर योग्य माहिती, स्वादिष्ट, पौष्टिक आणि आकर्षक पाककृती, त्याचबरोबर अनुभवांची भर घालून असे पुस्तक लिहिणे हे एक आव्हानच होते. आता डोक्यात विचार सतत पोळीचाच- पोळी गूळची कुठली, ती आपल्याकडचीच आहे का, ती कधीपासून अस्तित्वात आली असेल, जगभरात कुठेकुठे केली जाते आणि कोणकोणत्या नावाने ओळखली जाते, पोळीसदृश आणखी कोणकोणते प्रकार अस्तित्वात आहेत, याबद्दल उत्सुकता वाटायला लागली. घरबसल्या ही माहिती मिळवण्यासाठी 'इंटरनेट'सारखा माहितीचा महासागर मदतीला होताच. मात्र या महासागराच्या मंथनातून नेमकी हवी ती माहिती मिळवणे जिकिरीचे; पण 'इंटरेस्टिंग' होते. माहिती खरी-खोटी, चूक-बरोबर हा भाग वेगळा; पण वाचायला नक्कीच रंजक वाटेल, या विचाराने यातील काही निवडक गोष्टी पुस्तकात समाविष्ट करायचे ठरवले.

पोळी, चपाती, रोटी, फुलका, पराठा, परोटा, भाकरी इत्यादी पोळीची अनेक रूपे आज जगभर 'इंडियन फ्लॅट ब्रेड' या एकाच नावाने ओळखली जातात. या सर्व प्रकारांमध्ये काही ना काही बारीकसारीक फरक आहेत. पण यीस्ट, सोडा, बेकिंग पावडर या प्रकारचे पीठ 'फुगवणारे' किंवा 'आंबवणारे' कोणतेही घटक न वापरता आयत्या वेळीसुद्धा झटपट होणारी,

सहजपणे करता येऊ शकणारी, कणकेच्या वापरामुळे अधिक सकस आणि पौष्टिक असणारी पोळी ही रोजच्या आहारात पौष्टिकता आणि आरोग्याच्या दृष्टिकोनातून ब्रेड किंवा पावापेक्षा नक्कीच सरस आहे याबद्दल कोणाचेच दुमत होणार नाही.

या पुस्तकाचा हेतू 'पोळी पुराण' ऐकवणे किंवा पराठ्यांचा इतिहास सांगणे हा नसून मुलींना किंवा इच्छा असणाऱ्या कोणालाही उत्तम प्रकारे आणि हमखास चांगली होईल अशी पोळी करायला शिकवणे हा आहे. हल्लीच्या छोट्या कुटुंबात तीन–चारच व्यक्ती असतात. तरीही चार–पाच किंवा आठ–दहा पोळ्या करायलासुद्धा 'बाई' लावावी लागते किंवा पोळ्या विकत आणाव्या लागतात, ही दुर्दैवाची बाब आहे. काहींचा नोकरी–उद्योगामुळे वेळेअभावी नाइलाज होतही असेल. पण, बऱ्याच जणींना (आणि बहुतेक सगळ्याच जणांना) पोळी, भाकरी चांगल्या प्रकारे करताच येत नाही, हे कटू सत्य आहे.

पोळी अजिबात करता न येणाऱ्यांना पोळीतले ग म भ न शिकवणे, पोळी करता येणाऱ्यांना त्यातील बारकावे आणि सफाईदारपणा शिकवणे, पुरणपोळी, गूळपोळीसारख्या अवघड आणि खास प्रकारातील कौशल्ये शिकवणे, मुलांच्या डब्यासाठी पौष्टिक आणि स्वादिष्ट पराठे – रॅप्स इत्यादी प्रकार शिकवणे, हॉटेलप्रमाणे स्वादिष्ट नान, कुलचा, रुमाली रोटी घरच्या घरी आणि तेही कमी तेलातुपात करायला शिकवणे आणि सर्वांत महत्त्वाचे म्हणजे 'पोळी' या विषयातला 'बाऊ' किंवा भीती मुलींच्या मनातून काढून टाकणे हा या पुस्तकाचा खरा उद्देश; आणि पोळ्यांसारखे नावडते काम आवडीचे करून दाखवणे हे या पुस्तकासाठी असलेले आव्हान. गेल्या ५०–५५ वर्षांत जमा झालेले 'स्वानुभवांचे गाठोडे' सोडून पुढच्या पिढीसाठी खुले करणे एवढीच प्रामाणिक इच्छा!

– सुधा कुलकर्णी

अनुक्रमणिका

पाककृती

पोळी – नान – कुलचा

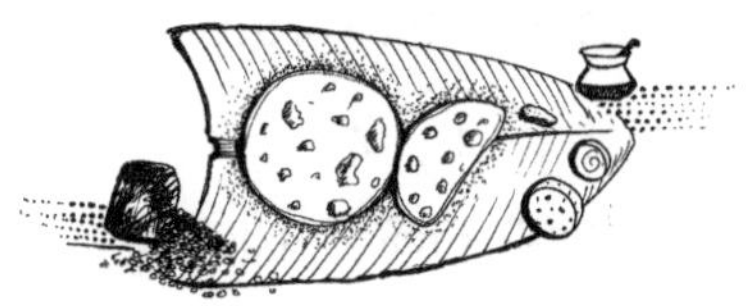

गोड पोळ्या

नॉन–स्टफ्ड पराठे

झटपट स्टफ्ड पराठे

कडधान्यांचे पराठे

पालेभाज्यांचे पराठे

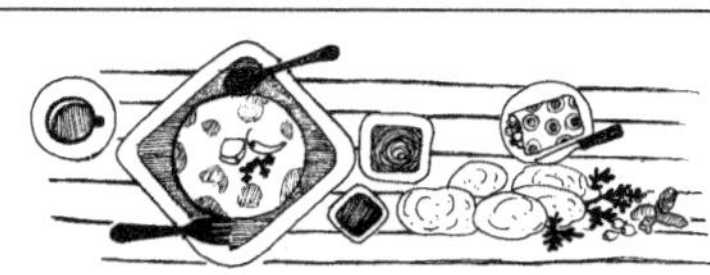

आलू पराठे

व्हेज पराठे

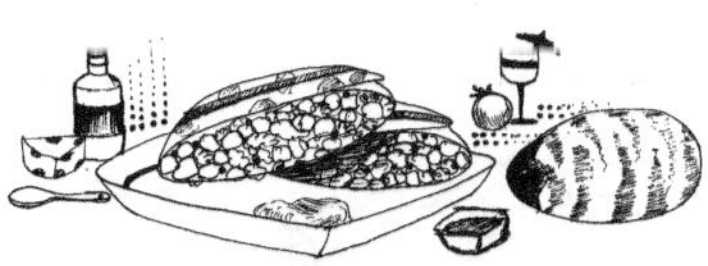

तयार पोळ्यांचे स्टफ पराठे

तॉर्तिया

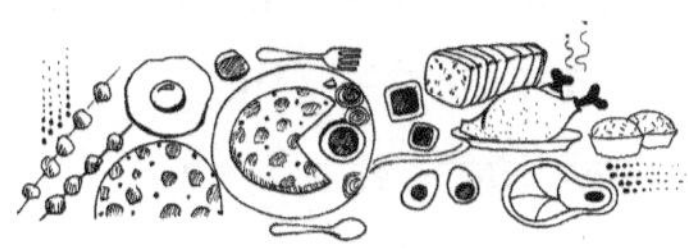

नॉनव्हेज पराठे

फ्रँकी-रोल-रॅप

पुऱ्या

भाकरी

थालीपीठ

पुस्तकाची पूर्वतयारी

पोळ्या-पराठे या विषयावर पुस्तक लिहायचे हे तर नक्की झालेच होते. आता हे पुस्तक लिहिण्यामागची माझी उद्दिष्टे कोणती? केवळ हौस की आणखी काही? मला नक्की काय साधायचंय? आणि विचार करताकरता एकेक गोष्ट स्पष्ट व्हायला लागली.

- पोळी अजिबात न येणाऱ्यांच्या मनातली भीती नाहीशी व्हावी, त्यांच्यामध्ये पोळी करायची आवड निर्माण व्हावी आणि त्यांनी रोजच्या पोळ्या स्वत: घरी करण्यासाठी उद्युक्त व्हावे.
- रोजच्या पोळ्या करता येणाऱ्यांना पुरणपोळी, गूळपोळीसारखे किचकट आणि कौशल्यपूर्ण पदार्थ आधुनिक साधने वापरून सहजपणे करता यावेत. इच्छा, आवड आणि चिकाटी असल्यास त्यातून त्यांना व्यवसायही करता यावा.
- परदेशी जाणाऱ्या, नवीन लग्न झालेल्या, लग्न होऊ घातलेल्या मुलींना (आणि मुलांनाही) साध्या पोळ्यांपासून पराठे, पुरणपोळ्यांपर्यंत सर्व प्रकार करता यावेत.
- हॉटेलसारखे नान, कुलचा, रुमाली रोटी, पराठे इत्यादी घरी करण्यास अशक्य वाटणारे पदार्थ घरात आहेत ती साधने वापरून सहजपणे करता यावेत.
- 'पोळ्या' हे कंटाळवाणे काम नसून करमणुकीचे साधन होऊ शकते, त्यातून तणावमुक्तीही मिळू शकते, या कामातून आनंद आणि समाधान मिळू शकते आणि थोड्याफार प्रयत्नांनी हे जमू शकते असा विश्वास सध्याच्या पिढीच्या मनात निर्माण करता यावा.
- मुलांसाठी खाऊचा डबा हा बहुतेक आयांचा रोजचा डोकेदुखीचा प्रश्न सोडवण्यात थोडाफार हातभार लावावा, त्यासाठी 'क्विक-इझी-हेल्दी-टेस्टी' अशा किमान १०० प्रकारच्या पराठ्यांच्या पाककृती लिहाव्यात.

- केवळ पाककृतींचे पुस्तक न करता या संदर्भातली इतर बरीच मनोरंजक माहिती जी मला वाचनातून मिळाली होती– म्हणजे पोळ्या कोणत्या काळात कुठे निर्माण झाल्या, जगभरात कुठेकुठे पोळ्या किंवा पोळ्यासदृश पदार्थ बनतात, त्यांची नावे काय वगैरेवगैरे... तर ही माहितीही इतरांबरोबर 'शेअर' करावी.
- स्वतःकडे असलेले हातचे राखून न ठेवता इतरांना मनापासून, भरभरून द्यावे. त्यातून स्वतःच्या पुस्तकाची हौसही भागवून घ्यावी.

उद्दिष्टे स्पष्ट झाल्यानंतर त्या दृष्टीने डोक्यात सतत तेच विचार घोळू लागले. काहीही सुचले की ते टाचणवहीत नोंद करून ठेवायचे. मग ते मनोगत असो, माहिती असो की रेसिपी असो. नंतर त्यावर विचार करून पक्के लिहून काढायचे. एकीकडे माहिती शोधायची; तर दुसरीकडे एखादी पाककृती सुचली की ती आधी लिहायची, नंतर करून पाहायची, त्यानंतर गरज भासल्यास त्यात बदल करून मनपसंत करायची व नंतरच ती पक्की लिहायची.

पाककृती लिहिताना त्या बारकाव्यांसह सविस्तरपणे लिहायच्या होत्या; तसेच पोळी करताना ती वातड किंवा कडक होणे, लाटताना पोळपाटाला चिकटणे, भाजताना न फुगणे, मधेच करपणे, कुठेकुठे कच्ची राहणे, पापुद्रे न सुटणे इत्यादी दिसायला साध्यासाध्या पण महत्त्वाच्या अडचणी का येतात?, त्या कशा सोडवायच्या?, त्या येऊच नयेत म्हणून काय करायचे?, याबद्दलही लिहायचे होते. त्याबाबतीतले स्वतःचे अनुभव सांगायचे होते. मिक्सर, ग्राईंडर, मायक्रोवेव्ह इत्यादी आधुनिक साधनांचा वापर करून पुरणपोळी, गूळपोळीसारखे अवघड पदार्थ सोप्या पद्धतीने कसे करायचे, हे लिहायचे होते.

लिखाणाला सुरुवात झालीच होती. फुलके–पोळ्या–नान–कुलचे–रोटी–गोडाच्या पोळ्या असे करतकरत लिखाण पराठ्यांपर्यंत पोहोचले. नुसते पिठाचे साधे पराठे म्हणजे कोणतेही सारण न भरता निरनिराळ्या पद्धतींनी घड्या घालून करायचे पराठेही लिहून झाले. आता 'स्टफ पराठे' लिहायची कसोटीची वेळ आली. घरोघरी होणारे नेहमीचे पराठे म्हणजे उकडलेल्या बटाट्याचे सारण भरून केलेले आलू पराठे किंवा मेथी–पालकाचे पाण्यात पीठ भिजवून केलेले मेथी–पालक पराठे यापेक्षा वेगवेगळ्या भाज्यांचे, कडधान्यांचे, इन्स्टंट होणारे असे अनेक प्रकार सुचत होते. लाटण्याचेही वेगवेगळे प्रकार डोळ्यांसमोर येत होते. पण सुचणे किंवा डोळ्यांसमोर येणे आणि प्रत्यक्षात तसेच घडणे हे जमतेच असे नाही, त्यामुळे अनेक प्रयोग करून पाहिले. सहसा न आवडणाऱ्या किंवा न खाल्ल्या जाणाऱ्या भाज्या, कडधान्ये वापरूनही अनेक प्रकार करून पाहिले. चीज, सॉस, सॅलड्स इत्यादी मंडळींना सोबतीला घेऊन पराठे अधिक आकर्षक केले. गेले सात–आठ महिने माझे हे पराठे प्रयोग सातत्याने चालू होते आणि एव्हाना त्यांनी शंभरी उलटली होती. मात्र, पुस्तकातला प्रत्येक पराठा 'ट्राईड ॲण्ड टेस्टेड' या तत्त्वानुसार स्वतःच्या आणि शक्य असेल तेव्हा इतरांच्या पसंतीला उतरल्यानंतरच पुस्तकात समाविष्ट केलेला आहे.

पोळ्या–पराठे लिहिताना भाकरीचा विचार मनात न आला तर नवलच! आपल्याकडे भाकरी ही पोळीच्या बरोबरीने वापरात असलेली, करायला सहजासहजी न जमणारी आणि मुख्य म्हणजे हल्ली हॉटेल्समधून 'गावरान थाळी'च्या स्वरूपात प्रतिष्ठा लाभलेली! मग भाकरीचाही या पुस्तकात समावेश केला. ज्वारी, तांदूळ, मका, बाजरी, नाचणी इत्यादी प्रकारच्या भाकरींच्या पाककृतीही त्यातील बारकाव्यांसह लिहिल्या.

हल्ली विदेशी खाद्यपदार्थांचे आकर्षण जास्त आहे. पोळी किंवा पराठ्यापेक्षा मेक्सिकन 'केसाडिया–बारीटो' किंवा इटालियन 'पिझ्झा' असे विदेशी पदार्थ जास्त आवडीने खाल्ले जातात. म्हणून तॉर्तिया, केसाडिया, बरीटो, पीटा अशा काही निवडक विदेशी पाककृतींचा समावेशही या पुस्तकात केला. पदार्थांचे बाह्यरूप तेच ठेवून आपल्याला रुचतील असे चवीत थोडेफार बदल केले. मैद्याऐवजी कणीक किंवा मल्टीग्रेन पिठे वापरून तसेच स्टफ करायचे घटक पदार्थ अधिक प्रमाणात वापरून पदार्थ अधिक आरोग्यदायक व पौष्टिक करण्याचा प्रयत्न केला.

पराठे हे फक्त भिजवलेल्या पिठाचे, त्यात काहीतरी स्टफ करून करायचे असे बंधन मी ठेवले नाही. हल्ली पोळ्या किंवा पराठे सरसकट सगळीकडे मिळतात. त्या आणून त्यात काहीतरी स्टफ करून स्टफ पराठे बनवता येतात. त्यामध्ये पोळीभाजी असे स्वरूप न राहता 'पराठ्या'चे आकर्षक रूप येते, आणि वन डिश मिल जेवणाचे काम होते. असे खूप प्रयोग मी करून पाहिले आणि जे चांगले वाटले ते या पुस्तकात समाविष्ट केले. नोकरी–व्यवसायामुळे वेळ न मिळणाऱ्या किंवा एकटे राहणाऱ्या व्यक्तींना हे प्रकार खूप आवडतील.

जे काही लिहिले ते अगदी मनापासून लिहिले. हे पुस्तक वापरणाऱ्या व्यक्तींना ते नक्की आवडेल आणि उपयोगी पडेल याची खातरी आहे.

– सुधा कुलकर्णी

पोळ्यांचा इतिहास

मानवाला 'पोळी' ही कल्पना कशी सुचली असेल? पोळीची निर्मिती केव्हा, कशी आणि कुठे झाली असेल? सुरुवातीला मानव झाडावरची फळे किंवा कच्ची धान्येच खात असेल, नंतर अग्नीचा म्हणजे जाळाचा शोध लागल्यानंतर धान्य भाजून किंवा शिजवून खाऊ लागला असेल. त्यातच सुधारणा होतहोत पोळी जन्माला आली असेल.

पोळीसदृश 'फ्लॅट ब्रेड' हा पदार्थ प्राचीन इजिप्त आणि सुमेर (हल्लीचे इराक)मधील लोकांनी शोधून काढला. खाण्यास योग्य अशा धान्याचे पीठ करून, ते भिजवून, लाटून किंवा थापून व त्यानंतर जाळावर भाजून पोळी (त्यांचे नाव वेगळे असेल) हा पदार्थ 'सुमेरियन' लोकांनी तयार केला. त्यातून मग पोळ्यांबरोबर पराठे, भाकरी इत्यादी प्रकार निर्माण झाले.

पोळी किंवा पराठे यांचा उल्लेख सोळाव्या शतकातील *Ain-i-Akbari* या प्राचीन ग्रंथात आला आहे.

आपल्याकडेही प्राचीन काळापासून पोळी, पराठा, परोठा हे प्रकार अस्तित्वात आहेत. किंबहुना, भारतीय लोकांचे हेच मुख्य अन्न आहे. भारतीय वंशाच्या लोकांनी कामानिमित्ताने मलेशिया, सिंगापूर, मॉरिशस अशा शेजारी देशांत स्थलांतर केले. तिकडे जाताना 'पोळी–पराठा' हे प्रकारही आपल्याबरोबर नेले आणि त्या–त्या देशात ते रुजवले, नावे अर्थातच देशादेशांत बदलली गेली. आज जगभरातील बहुतेक सर्व देशांत पोळी किंवा ब्रेड हे पदार्थ अस्तित्वात आहेत. फक्त त्यांची नावे, घटक पदार्थ, करण्याची पद्धत आणि दृश्य स्वरूप देशानुसार वेगवेगळे आहे. काही प्रकारांत यीस्ट, सोडा, बेकिंग पावडर इत्यादी आंबवणारे पदार्थ वापरले जातात; तर काही प्रकार यातील काहीही न वापरता केले जातात.

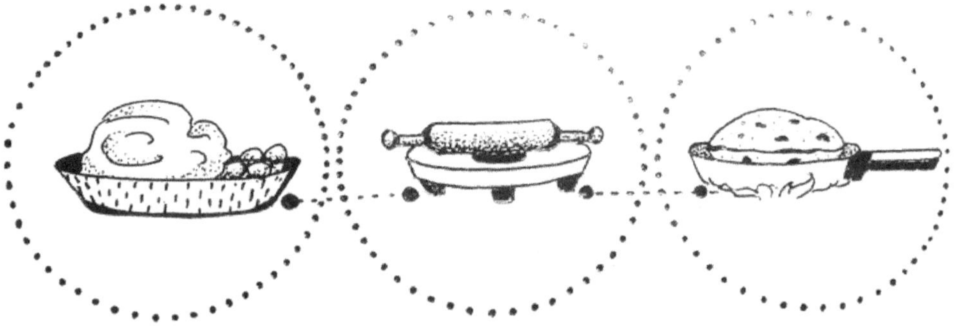

जगभरातील पोळ्या व फ्लॅट ब्रेड

क्र.	नाव	देश	प्रकार
मध्य-पूर्व आशिया			
१.	अफगाण ब्रेड (Afgan Bread)	अफगाणिस्तान	तंदूरमध्ये भाजलेला नान
२.	बॅनॉक (Bannock)	स्कॉटलंड	पॅन फ्राईड फ्लॅट ब्रेड
३.	बार्बरी ब्रेड (Barbari bread)	पर्शिया	लंबगोल नान
४.	बझलामा (Bazlama)	टर्की	कणकेचा (यीस्ट वापरलेला) नान
५.	बोलानी (Bolanee)	अफगाण/पार्शिया	व्हेज स्टफ पराठा
६.	फार्ल (Farl)	आयर्लंड	त्रिकोणी आकाराचा सोडा ब्रेड
७.	फ्लॅट ब्रेड (Flat Bread)	नॉर्वे	बार्ली पिठाची पातळ कडक पोळी
८.	फ्लॅट काका (Flat Kaka)	आईसलँड	राय (Rye) पिठाची पातळ पोळी (गहू आणि बार्लीच्या मधला धान्यप्रकार)
९.	फोकासिया (Focaccia)	इटली	चीज हर्ब वापरलेला फ्लॅट ब्रेड

क्र.	नाव	देश	प्रकार
१०.	फ्टीरा (Ftira)	माल्टा	जाड पोळीसारखा ब्रेड
११.	गोझलीम (Gozleme)	टर्की	अंड्याचा फिलिंगचा पराठा
१२.	होग्गन (Hoggan)	यूके/कॉर्नवॉल	मीटच्या स्टफिंगची भाजलेली करंजी
१३.	लँगोज (Langos)	हंगेरी	तळलेली मोठी पुरी
१४.	लावाश (Lavash)	अर्मेनिया/इराण	पातळ मऊ पोळी
१५.	मॅटनकाश (Matnakash)	अर्मेनिया	गव्हाचा मऊ ब्रेड
१६.	ओबी नान (Obi nan)	अफगाणिस्तान	चपटा गोल ब्रेड
१७.	ओपलेटक (Oplatek)	पोलंड	गव्हाची पातळ कडक पोळी (यावर धार्मिक चित्रे कोरलेली असतात)
१८.	पाने कारासाव (Pane Carasau)	सार्डिनिया	दुरुम गव्हाची पातळ, कडक पोळी
१९.	पाइदिना (Piadina)	इटली	गव्हाची पातळ पोळी
२०.	पिटा (Pita)	मिडल इस्ट, ग्रीस	पातळ गोल ब्रेड
२१.	पिझ्झा (Piza)	इटली	पातळ गोल ब्रेड
२२.	पॉडप्लोमिक (Podplomyk)	पोलंड	पोळी
२३.	रिएस्का (Rieska)	फिनलँड	राय ब्रेड
२४.	सँगाक (Sangak)	पर्शिया	त्रिकोणी किंवा आयताकृती नान
२५.	शीरमाल (Sheermal)	पर्शिया/भारत	केशर स्वादाची पोळी
२६.	शोटी (Shoti)	बॉर्जिया	गोल, चपटा गव्हाचा ब्रेड
२७.	सोमुन अँड लेपिना (Somun and Lepina)	बोस्नीया	पिटा ब्रेड
२८.	टॅन्टून ब्रेड (Tantoon Bread)	पर्शिया	केशर, वेलचीयुक्त फ्लॅट ब्रेड
२९.	तॉर्ता (Torta)	स्पेन	गोल, फ्लॅट ब्रेड
३०.	तॉरतेड गाझपाचो (Tortade Gazpacho)	स्पेन	गव्हाची पोळी
३१.	टून ब्रॉड (Tunn brod)	स्वीडन	गहू, बार्ली आणि राय पिठाची पोळी
३२.	मारकुक/श्राक (Markook/Shrak)	टर्की	गव्हाची पोळी
मध्य-पूर्व आणि आफ्रिका			
३३.	एइश मेराहिरा (Aish Meraharh)	इजिप्त	मक्याची मेथीपूड घालून केलेली पोळी
३४.	इंजेरा (Injera)	इथिओपिया	गहू, बार्ली, मका, तांदूळ इ. पिठांची पोळी
३५.	खेब्ज (Khebz)	लेबानन	दुपदरी पोळी

क्र.	नाव	देश	प्रकार
३६.	खुब्ज (Khubz)	पेनिनसुला	लाटून केलेली पोळी
३७.	हार्षा (Harsha)	मोरोक्को	रव्याची पोळी
३८.	लाहो (Lahoh)	सोमालिया, येमेन	(यीस्ट +) पॅनकेक, धिरडे
३९.	मलूगा (Malooga)	येमेन	यीस्ट वापरून केलेली पातळ पोळी
४०.	चपाती (Chapati)	स्वाहिली, युगांडा	गव्हाची पोळी
४१.	मारकुक/श्राक (Markook/Shark)	लेव्हेंट	२ फूट व्यासाची मोठी पोळी
४२.	मॅटझो (Matzo)	इस्रायल	मैद्याची पोळी
४३.	निगोम (Ngome)	माली	तेल घातलेली बाजरीची भाकरी
४४.	पिटा (Pita)	मेडिटेरियन/ मिडल इस्ट	यीस्ट + मैद्याचा पातळ गोल पुरीसारखा ब्रेड
दक्षिण-पूर्व आशिया			
४५.	भाकरी (Bhakri)	भारत	ज्वारी/बाजरी/तांदूळ/मक्याची थापून केलेली भाकरी
४६.	भटूरा (Bhatura)	भारत	दह्यात मैदा भिजवून तळलेली मोठी पुरी
४७.	कुलचा (Kulcha)	भारत	भटुऱ्याच्या पिठाची भाजलेली लहान पुरी
४८.	बिन्दिडौक (Bindaeddeok)	कोरिया	मुगाचे धिरडे
४९.	बिंग (Bing)	चायना	गव्हाचा पराठा
५०.	पोळी/रोटी/फुलका (Roti)	भारत	गव्हाची पोळी
५१.	पराठा (Paratha)	भारत/श्रीलंका/ नेपाळ	गव्हाची जाड पोळी
५२.	लाओबिंग (Laobing)	चायना	गव्हाचा जाड पराठा
५३.	लुची (Luchi)	इस्ट इंडिया/ बांगला देश	गव्हाच्या तळलेल्या पुऱ्या
५४.	नान (Naan)	दक्षिण-मध्य आशिया	दही, यीस्टमध्ये मैदा भिजवून केलेली जाड पोळी
५५.	पोल रोटी (Pol Roti)	श्रीलंका	गहू, नाचणी पीठ, नारळाचा चव घालून केलेली खारी पोळी
५६.	पुरी (Puri)	भारत/पाक/ नेपाळ	गहू/मैद्याची तळलेली लहान पुरी

क्र.	नाव	देश	प्रकार
५७.	रोस्ट पान (Roast Paan)	श्रीलंका	ब्रेडच्या पिठाची पातळ पोळी
५८.	रोटी प्राटा (Roti Prata)	सिंगापूर	मैद्याचा लच्छेदार पराठा
५९.	रोटी चेनई (Roti Kanai)	मलेशिया	मैद्याचा लच्छेदार पराठा
६०.	सॅन्च्युईसन्द (Sanchuisanda)	चायना	गव्हाचा ब्रेड

अमेरिका			
६१.	अरेपा (Arepa)	कोलंबिया, व्हेनेझुएला	मक्याचा बर्गर ब्रेड
६२.	बम्मी (Bammy)	जमैका	साबुदाणा पिठाच्या तार्तिला
६३.	बीजू (Beiju)	ब्राझील	साबुदाणा पिठाची पोळी
६४.	कासाबे (Casabe)	दक्षिण अमेरिका	टॅपिओकाची पोळी
६५.	फ्लॅट ब्रेड (Flat Bread)	उत्तर अमेरिका	मक्याच्या पोळ्या (खिमा–भाज्या–बीन्स–चीज वरून पसरलेल्या)
६६.	फ्राय ब्रेड (Fry Bread)	अमेरिका	भटुऱ्याप्रमाणे पिठाचा तळलेला ब्रेड
६७.	तॉर्तिला (तॉर्तिया) (Tortilla)	मेक्सिको	गव्हाची किंवा मक्याची पोळी

फुलका - पोळी - चपाती

पोळ्या हा आपल्या रोजच्या दोन्ही वेळच्या जेवणातील महत्त्वाचा- मुख्य घटक. पोळी, फुलका, चपाती, रोटी, पराठा इत्यादी पदार्थ पोळपाटावर लाटायचे आणि गॅसवर तापलेल्या तव्यावर भाजायचे. म्हटलं तर साधेसोपे, म्हटलं तर चांगले, जमायला महाकठीण. त्यातले बारकावे आणि प्रत्यक्ष करण्यातली तंत्रे समजून घेतली तरच असे पदार्थ उत्तम प्रकारे बनवणे शक्य होईल.

असे पदार्थ करताना चार महत्त्वाचे टप्पे आहेत :

१) कणीक भिजवणे

२) भिजवलेल्या कणकेची पोळी लाटणे

३) लाटलेली पोळी गॅसवर भाजणे

४) भाजून झाल्यावर पोळीची वाफ काढून पोळी तयार करणे

प्रत्येक टप्प्यात पोळीच्या प्रकारानुसार बारकावे आहेत. शास्त्र, तंत्र आहे.

१) कणीक भिजवणे

कोणत्याही प्रकारच्या पोळ्या करण्यासाठी आपल्याकडे मुख्यत: गव्हाचे दळलेले पीठ म्हणजे 'कणीक' वापरली जाते, काही विशिष्ट प्रकारांसाठी मैदा वापरला जातो. रोजच्या पोळ्या, फुलक्यांसाठी गहू दळून घेताना एकदम बारीक- गुळगुळीत किंवा एकदम जाड- भरड दळू नये, मध्यम जाडसर दळावे. त्यामुळे पोळ्यांना खुशखुशीतपणा येतो. बारीक पिठाच्या पोळ्या 'वातड' तर अति जाड पिठाच्या पोळ्या कडक होऊ शकतात.

कणीक भिजवण्यापूर्वी मोठ्या जाळीच्या चाळणीने चाळून घ्यावी. मोठ्या जाळीमुळे कणकेतील कोंडा चाळला जात नाही, तो कणकेतच राहतो. कणकेतली फक्त जाळी, आळी चाळली जाऊन कणीक स्वच्छ व सुटी होते आणि भिजवताना पाणी पिठाच्या कणाकणांत शिरून कणीक चांगली भिजते, फुगते, हलकी होते. अशा कणकेच्या पोळ्याही हलक्या होतात.

फुलके, पोळी इत्यादींसाठी कणीक भिजवताना त्यात चवीसाठी थोडे मीठ आणि पोळीला मऊपणा येण्यासाठी थोडे तेल किंवा तूप मिसळावे. (याला 'मोहन' म्हणतात.)

प्रमाण : २ वाट्या कणकेत पाव चमचा मीठ व २ चमचे तेल मिसळून पाण्याने भिजवावे.

पोळीच्या (फुलका, पोळी, पराठा इत्यादी) प्रकारानुसार भिजवलेल्या कणकेचा सैल–घट्टपणा ठेवावा. पोळीची कणीक थोडी सैलसर असल्यास पोळी लाटताना जोर द्यावा लागत नाही. त्यामुळे घडीतले पदर तसेच राहतात आणि भाजताना पोळी फुगून छान पापुद्रे सुटतात.

कणीक भिजवण्यासाठी प्रथम हात स्वच्छ धुवावेत. नंतर कणीक परातीत किंवा तसराळ्यासारख्या मोठ्या पसरट आणि खोलगट भांड्यात घ्यावी. कणकेत मीठ आणि तेल घालून ते बोटांनी हलवून नीट मिसळावे. नंतर मध्यभागी खळगा करून त्यात दुसऱ्या हाताने हळूहळू पाणी ओतत व बाजूची कणीक त्यात ओढून घेत अजिबात जोर न लावता भिजवावी.

कणीक भिजवताना हाताला चिकटलेली ओली कणीक काढण्यासाठी हातावर थोडी कोरडी कणीक घेऊन चिकटलेल्या कणकेवर पसरावी व दोन्ही हात एकमेकांवर थोडे घासावेत म्हणजे हाताला चिकटलेली कणीक निघून येते. नंतर हातावर थोडे तेल घेऊन कणीक आणखी थोडी मळावी. वरून पुसट तेल लावून झाकून अर्धा तास ठेवून द्यावी.

१) कणीक झाकून ठेवल्यामुळे मऊ, लुसलुशीत होते. कणीक तेवते, म्हणजेच कणकेला तार येते. कणकेत पोषकतत्त्वेही वाढतात.
२) तार येण्यामुळे कणकेत लवचीकपणा येतो. त्यामुळे पोळी लाटायला सोपी जाते, सगळीकडून सारख्या जाडीची लाटली जाते. भरभर पसरते, त्यामुळे हवी तितकी मोठी लाटता येते.
३) कणकेतल्या लवचीकपणामुळे आणि पोळी सगळीकडून एकसारख्या जाडीची लाटल्यामुळे तव्यावर भाजताना न फाटता टम्म फुगते. आतल्या वाफेमुळे पोळी आतून छान 'शिजते'; तर तव्याच्या उष्णतेमुळे बाहेरून छान सोनेरी रंगावर खरपूस 'भाजली' जाते. पोळीला पापुद्रेही सुटतात.
४) वरून पुसट तेल लावल्यामुळे भिजवलेली कणीक बाहेरून वाळून कडक होत नाही.

टीप

१) भिजवलेली कणीक अर्धा तास किंवा त्यापेक्षा जास्त वेळ झाकून ठेवल्यास थोडीफार सैल पडते म्हणजेच तेवते. 'तेवण्याची' क्रिया गव्हाच्या जातीवर अवलंबून असते. कोणती कणीक नक्की किती सैल होईल याचा निश्चित अंदाज करता येत नाही. म्हणून कणीक

जेवढी सैलसर किंवा मऊ हवी त्यापेक्षा थोडी घट्ट भिजवावी, म्हणजे नंतर ती सैल पडून हवी तशी होते.

२) पोळी करायला घेताना कणीक खूप सैल पडलेली असल्यास त्यात गरजेप्रमाणे कोरडी कणीक मिसळून, पुन्हा थोडी मळून १०–१२ मिनिटे झाकून ठेवावी व नंतर वापरावी.

३) कणीक फार घट्ट भिजली असल्यास बोटांनी दाबून खळगे करावेत व त्यात अंदाजाने गरजेनुसार पाणी ओतून १०–१२ मिनिटे झाकून ठेवावे नंतर कणीक मळावी. कणकेत पाणी मुरल्यामुळे फारसे कष्ट न पडता कणीक मऊ मळून घेता येते.

२) पोळी लाटणे

अर्ध्या तासानंतर कणीक तेलाच्या हाताने पुन्हा थोडी मळून पोळी लाटायला घ्यावी. पोळी तव्याच्या आकारानुसार लहानमोठी लाटावी किंवा पोळीच्या आकारापेक्षा थोडासाच मोठा तवा वापरावा. त्यानुसार कणकेचे गोळे म्हणजे 'उंडे' करावेत.

गोळे एकसारख्या आकाराचे होण्यासाठी प्रथम मोठ्या गोळ्याचे दोन समान भाग करावेत. नंतर प्रत्येक भागाचे पुन्हा दोन समान भाग करावेत. पुन्हा प्रत्येक भागाचे दोन किंवा तीन समान भाग करावेत. फुलका, पोळी, पराठा यापैकी जो प्रकार जेवढ्या आकाराचा करायचा असेल त्यानुसार गोळ्याचा आकार ठेवावा. केलेले गोळे झाकून ठेवावेत व एकेक गोळा घेऊन त्याची पोळी लाटावी.

या पद्धतीमुळे –

१) एकूण किती पोळ्या करायच्या आहेत याचा अंदाज येतो, त्यामुळे वेळेचाही अंदाज येतो आणि तेवढ्या पोळ्या करायची मनाची तयारी होते.

२) सर्व पोळ्या एकसारख्या आकाराच्या होतात.

३) प्रत्येक पोळीचा मोठ्या गोळ्यातून ठरावीक आकाराचा लहान गोळा काढून घेण्यातला वेळ वाचतो, तो वेळ लाटण्यासाठी उपयोगी पडतो.

लाटताना प्रथम कणकेचा एक गोळा कोरड्या कणकेत दोन्ही बाजूने दाबून पोळपाटावर ठेवावा व लाटायला सुरुवात करावी. फुलका एकेरीच लाटायचा असतो. घडीच्या पोळीसाठी प्रथम मोठ्या पुरीएवढी जाड पोळी लाटून त्यावर ब्रशने किंवा बोटांनी थोडेसे तेल लावावे, त्यावर चिमटीने कणीक टाकून सगळीकडे पसरावी, नंतर पोळीच्या दुपदरी, चौपदरी प्रकारानुसार उभ्या आडव्या एक किंवा दोन घड्या घालाव्यात. ही दुपदरी गोल किंवा चौपदरी त्रिकोणी घडी कोरड्या कणकेत दोन्ही बाजूने दाबून पोळपाटावर ठेवावी व फारसा जोर न देता लाटायला सुरुवात करावी. जोर देऊन पोळी लाटल्यास कणीक पुन्हा एकजीव होऊन जाते, घड्या सुट्या राहत नाहीत, त्यामुळे पोळीला पदर सुटत नाहीत.

पोळी लाटताना गोलाकार फिरवत लाटावी. लाटताना पोळपाटाला किंवा लाटण्याला पोळी चिकटायला लागली तर पोळीवर थोडी कोरडी कणीक चिमटीने टाकून पसरावी. लाटताना पोळीच्या जाड भागावर जरासा जोर देत लाटणे फिरवावे, त्या वेळी पोळीच्या इतर भागावर

जोर न देता लाटणे नुसते वरच्यावर फिरवावे. अशा प्रकारे पोळी पोळपाटावर फिरवत आणि लाटण्याने तिच्यावर कमीजास्त जोर देत सगळीकडून सारख्या जाडीची लाटावी.

लाटताना गरजेपुरतीच कोरडी कणीक वापरावी. पोळीवर खूप कोरडे पीठ राहिल्यास भाजताना ते तव्यावर पडून जळते, त्यामुळे पोळीही वरून जळते. पोळीला करपट वास येतो. तवाही खराब झाल्याने पुढच्या पोळ्यांनाही जळका वास येत राहतो. पोळी तव्यावर टाकण्यापूर्वी पोळीवर खूप कोरडे पीठ असले तर ते हाताने किंवा ब्रशने झटकून नंतर पोळी तव्यावर टाकावी. तसेच तव्यावर पीठ जळून तवा खराब झालेला दिसल्यास, टिश्यू पेपरने किंवा स्वच्छ कापडाच्या बोळ्याने तवा पुसून घेऊन नंतर त्यावर पुढची पोळी टाकावी. तवा पुसून घेत असताना, तसेच पुढची पोळी लाटून तयार नसल्यास गॅस बारीक करून ठेवावा.

टीप

ओट्यावर न्यूजपेपर किंवा मोठा जाड कागद किंवा कापडी नॅपकिन पसरून त्यावर पोळपाट ठेवून पोळ्या लाटाव्यात, त्यामुळे

१) लाटताना पोळपाट ग्रॅनाईट किंवा तत्सम गुळगळीत ओट्यावर सरकत नाही, हलत नाही व लाटायलाही त्रास होत नाही.
२) लाटताना पोळपाटाभोवती सांडलेले पीठ कागदावरून गोळा करून घेता येते.
३) ओटा जास्त खराब होत नाही व स्वच्छ करणे सोपे जाते.

३) पोळी भाजणे

पोळी लाटायला सुरुवात करतानाच गॅसवर तवा तापायला ठेवावा. तवा दोन–तीन मिनिटांत तापतो. त्यानंतर पोळी लाटून होईपर्यंत गॅस बारीक करून ठेवावा.

तव्याचा आकार पोळीच्या आकारापेक्षा थोडासाच मोठा असावा. खूप मोठ्या तव्यावर फुलका किंवा लहानशी पोळी भाजल्यास, तव्याचा पोळीभोवतालचा मोकळा भाग तापण्यातला गॅस निष्कारण वाया जातो. तवा घासायला साबण, धुवायला पाणी, स्वतःचे कष्ट आणि वेळ या सगळ्यांचाच अपव्यय होतो. फुलक्यांसाठी हँडलचा लहान, पोळ्यांसाठी मध्यम, पुरणाच्या–गुळाच्या पोळ्यांसाठी किंवा डोसा, उत्तप्पासाठी मोठा आणि सपाट असे तीन–चार तवे घरात ठेवावेत. तवे 'नॉनस्टिक' किंवा 'हार्ड ॲनोडाईज्ड' असावेत. लोखंडी तवाही वापरता येतो; पण त्यावर पोळी करपण्याची शक्यता जास्त असते.

पोळी भाजण्यासाठी तापलेल्या तव्यावर टाकताना प्रथम गॅस बारीकच ठेवावा. १५–२० सेकंदांनी पोळी तव्यावर सरकायला लागल्यावर लगेचच उलटावी व गॅसची आच मध्यम करावी. त्यानंतर पोळी तव्यावर उलटीपालटी करत आणि गोलाकार फिरवत सगळीकडून एकसारखी भाजावी. उलटताना दर वेळी पोळीचा वरचा न भाजला गेलेला भाग तव्यावर मध्यात पडेल अशा पद्धतीने पोळी उलटत राहावी. पोळी दोन्ही बाजूने पूर्णपणे भाजून झाल्यावर गॅस पुन्हा बारीक

करून पोळी तव्यावरून काढून घ्यावी व पुढची लाटून तयार असलेली पोळी भाजण्यासाठी तव्यावर टाकावी.

तव्यावरची पोळी भाजून होईपर्यंत पुढची पोळी लाटून तयार ठेवावी. यासाठी– भाजण्याकडे आणि लाटण्याकडे– दोन्हीकडे लक्ष असायला हवे. पोळी लाटणे आणि भाजणे या दोन्ही क्रिया एकदम पूर्ण करायला जमल्या की पोळी करायला जमलीच असे समजा.

पोळी भाजण्याचेही एक तंत्र असते. पोळी पातळ लाटल्यास मध्यम आचेवर भाजावी, दोन–तीन वेळा तव्यावर भरभर उलटावी व पोळीवर फारसे भाजलेले डाग पडू न देता लगेच तव्यावरून काढावी. पातळ पोळी मंद आचेवर जास्त वेळ देऊन भाजत राहिल्यास वातड होते.

घडीची पोळी किंचित जाडसर लाटावी. पोळी तव्यावर टाकताना गॅस लहान असावा. नंतर मध्यम आचेवर जास्त वेळ देऊन व जास्त वेळा उलटीपालटी करत भाजावी म्हणजे पोळी आतपर्यंत सर्व पापुद्र्यांतून नीट भाजली जाते. वरच्या दोन्ही बाजूही न करपता, काळे जळके डाग न पडता सोनेरी रंगावर खरपूस भाजल्या जातात.

घडीची पोळी भाजताना छान फुगते. फुगलेली पोळी तव्यावरून काढून पोळपाटावर उभी धरून मनगटाने हलकेच दाबावी व पोळीतील वाफ काढून टाकावी, त्यामुळे पोळीचे पापुद्रे सुटे होतात व पोळी भिजट होत नाही.

जाड पोळी मोठ्या आचेवर भाजल्यास वरून लवकर भाजली जाते पण आतून कच्ची राहते जास्त वेळ भाजल्यास वरून करपून पोळीला काळे डाग पडतात.

४) पोळी तयार

भाजलेल्या पोळ्या वेताच्या बुट्टीत किंवा वायर रॅकवर पसरून ठेवाव्यात, म्हणजे त्यांना पाणी सुटून त्या घामेजत नाहीत. सर्व पोळ्या झाल्यानंतर त्यावर पातळ तूप हाताने थोडेसे लावावे व त्या कॅसेरॉलमध्ये किंवा डब्यात भरून ठेवाव्यात. पोळ्या गरम किंवा कोमट असताना डब्याचे झाकण पूर्ण बंद करू नये, झाकणाला थोडी फट ठेवावी. त्यामुळे झाकण आतून ओले होत नाही. पोळ्याही भिजट होत नाहीत. झाकण ओले झालेले दिसले तर ते कपड्याने– नॅपकिनने पुसून घ्यावे. पोळ्या गार झाल्यावर झाकण पूर्ण बंद करावे.

पोळी चांगली होण्यासाठी –

१) भिजवलेली कणीक मळून अर्धा तास झाकून ठेवा.
२) पोळी सगळीकडून सारख्या जाडीची लाटा.
३) तव्यावर योग्य वेळात दोन्ही बाजूने व्यवस्थित भाजा.
४) पोळीच्या जाडीनुसार आच कमीजास्त करण्याचे तंत्र जमवा.
५) तव्यावरील पोळी भाजून होईपर्यंत पुढची पोळी लाटून तयार ठेवा. दोन्ही क्रिया एकदम पूर्ण होण्यासाठी प्रयत्न करा.

पोळी करायला शिकताना...

१) सुरुवातीला नुसती गोल, लहान, एकसारख्या जाडीची पोळी लाटायचा सराव करावा. ती पोळी प्रथम तव्यावर आणि नंतर गॅसवर जाळात भाजून फुलका करायला शिकावा.

२) लाटण्याचे तंत्र जमायला लागले की लंबगोल आकाराची पोळी लाटून ती मध्यात दुमडून 'दुपदरी' पोळी लाटायचा प्रयत्न करावा. ती जमली की गोल पोळी लाटून ती उभी आडवी दुमडून 'चौपदरी' पोळी लाटायला सुरुवात करावी.

३) सुरुवातीला पोळी लाटायचा आणि भाजायचा 'स्पीड' जमत नाही. त्यासाठी प्रथम पिठाचे एकसारख्या आकाराचे गोळे करून दुपदरी किंवा चौपदरी घड्या करून झाकून ठेवाव्यात. नंतर एकेक घडी घेऊन पोळी लाटावी. पोळी लाटण्यातली– तेल लावून घडी घालण्यापर्यंतची– निम्मी क्रिया आधीच झालेली असल्याने तयार घडीची पोळी लाटायला भरपूर वेळ मिळतो व लाटतालाटता तव्यावरील पोळी भाजण्याकडे लक्ष देणे शक्य होते.

४) सुरुवातीला पोळी नीट आकारात लाटता येत नाही, वेडेवाकडे नकाशे होतात. ते मोडून परतपरत लाटण्यात वेळ आणि कष्ट वाया घालवू नये. मात्र, पोळी सगळीकडून एकसारख्या जाडीची लाटली जाईल आणि सगळीकडून नीट भाजली जाईल, याची काळजी घ्यावी.

टीप : पोळीचा प्रत्येक आकार ही कलाकृती असते असे समजावे. कोणी नावे ठेवल्यास त्यांना स्वत: पोळी लाटून पाहण्याचे आव्हान द्यावे.

विशेष सूचना :

१) १ किलो गव्हात पाव किलो सोयाबीन मिसळून कणीक दळावी किंवा १ किलो कणकेत पाव किलो सोयापीठ मिसळावे. कणकेची गुणवत्ता वाढते व पोळी अधिक पौष्टिक होते.

२) दूध संपल्यावर त्या पातेल्यात कणीक भिजवावी. तेलाचे 'मोहन' कमी लागते. पोळ्या मऊ होतात. पातेले स्वच्छ होऊन धुवायला सोपे जाते. नवीन भांडे खरकटे होत नाही. पर्यायाने पाण्याची बचत होते.

३) कणीक भिजवताना त्यात लाल भोपळा, दुधी भोपळा, दोडका इत्यादी भाज्या किसून मिसळाव्यात. पोळ्या मऊ होतात, पौष्टिकही होतात. न आवडणाऱ्या भाज्या आपोआप खाल्ल्या जातात.

४) कणीक भिजवताना मधूनमधून त्यात पालक, मेथीचे हाताने तुकडे करून मिसळावेत. पोळ्या नक्षीदार दिसतात. पौष्टिक होतात, भाज्या खाल्ल्या जातात.

५) पराठ्याच्या किंवा पोळीच्या कणकेत सोया, मका, उडीद, मूग, मसूर इत्यादी पिठे अगदी थोड्याथोड्या प्रमाणात मिसळून 'मल्टी ग्रेन' आटा घरीच तयार करावा.

६) पोळीची दोन–तीन वेळेची कणीक एकदम भिजवून ठेवता येते. एका वेळेच्या पोळ्या झाल्यानंतर उरलेल्या कणकेला वरून तेल लावून ती 'क्लिंग फिल्म'मध्ये गुंडाळून किंवा

प्लास्टिकच्या डब्यामध्ये बंद करून फ्रीजमध्ये ठेवावी. एक-दोन दिवस चांगली राहते. कणीक फ्रीजमधून बाहेर काढल्यावर दूध लावून पुन्हा थोडी मळून घेऊन वापरावी.

७) फ्रीजमधील कणीक बाहेर काढल्यावर लगेच पोळ्या करायच्या असल्यास कणीक १०-१५ सेकंद मायक्रोवेव्ह करून घ्यावी. कणकेतला गारवा मोडून ती रूम टेंपरेचरला येते व मऊ होते.

८) पुरणपोळीसाठी कणीक सपीटाच्या बारीक जाळीच्या चाळणीने चाळून घ्यावी. १ वाटी कणकेत १ टेबल स्पून मैदा मिसळल्यास कणकेला चांगली तार येते व पोळ्या हव्या तेवढ्या पातळ आणि मोठ्या लाटता येतात.

९) पोळी भाजताना तव्यावर तेल सोडून भाजू नये. पोळी तव्यावरून काढल्यावर वरून थोडेसे तूप लावावे. तव्यावर तेल न वापरल्याने तवा स्वच्छ राहतो, पुढच्या पोळ्यांना जळक्या तेलाचा वास येत नाही, धुवायलाही सोपा जातो.

१०) शिळ्या पोळीचा 'चुरमा' लाडू करण्यासाठी पोळीचे तुकडे, गुळाचे बारीक खडे व थोडे साजूक तूप एकत्र करून मिक्सरमधून फिरवावे व लाडू वळावेत. झटपट लाडू तयार!

११) फोडणीच्या पोळीसाठी शिळी पोळी हातानेच कुस्करून घ्यावी. मिक्सरमधून चुरा केल्यास कढईत परतताना तो कडक होतो.

१२) कटलेट-पॅटीसच्या मिश्रणात ते कोरडे होण्यासाठी 'बाईंडिंग' म्हणून किंवा वरून लावण्यासाठी 'ब्रेड क्रम्स'ऐवजी शिळ्या पोळीचा मिक्सरमधून केलेला बारीक चुराही वापरता येतो.

फुलका

साहित्य :

२ वाट्या कणीक, पाव चमचा मीठ, १ चमचा तेल (ऐच्छिक), पाणी

कृती :

१) कणकेत मीठ मिसळून पाण्याने घट्टसर भिजवा. तेल लावून गोळा थोडा मळा. अर्धा तास झाकून ठेवा.

२) अर्ध्या तासानंतर लिंबाच्या आकाराचे ८–१० गोळे करा. एका गोळीची किंचित जाड ६–७ इंच व्यासाची पोळी लाटा.

३) पोळी लाटायला घेतानाच गॅसवर तवा तापायला ठेवा. २–३ मिनिटांत तवा तापल्यावर गॅस बारीक करून ठेवा. त्यावर लाटलेला फुलका टाका. १५–२० सेकंदात फुलका तव्यावर सरकायला लागल्यावर लगेचच उलटा व गॅस मोठा करून उलटलेली बाजू तव्यावर पूर्ण भाजा.

४) नंतर तवा गॅसवरून बाजूला काढून फुलक्याची वरची कमी भाजलेली बाजू जाळावर पडेल अशा पद्धतीने गॅसवर टाकून मोठ्या जाळातच भाजा. फुलका टम्म फुगला की तो काढून घ्या व त्याला दोन्ही बाजूने थोडेसे साजूक तूप लावा.

टीप

१) फुलक्यासाठी किंचित जाडसर कणीक वापरा, त्यामुळे फुलका खुसखुशीत होतो.

२) फुलका गॅसवर, जाळात भाजण्यासाठी फुलक्याचा चिमटा वापरा.

३) फुलके भाजण्यासाठी हँडलचा लहान किंवा मध्यम आकाराचा तवा वापरा. प्रत्येक फुलक्यासाठी तवा गॅसवरून काढणे व परत गॅसवर ठेवणे सोपे जाईल, तसेच लहान आकारामुळे उचलायलाही फारसे कष्ट पडणार नाहीत.

४) फुलक्याची कणीक अति सैल भिजल्यास किंवा फुलका फार पातळ लाटल्यास गॅसवर भाजताना फाटतो, चिमट्यात पकडता येत नाही, त्यामुळे नीट भाजता येत नाही.

५) फुलक्याची कणीक अति घट्ट भिजल्यास भाजताना फुलका फुगत नाही, गार झाल्यावर कडक–वातड होतो.

दुपदरी पोळी

साहित्य :
२ वाट्या कणीक, पाव चमचा मीठ, २ चमचे तेल, पाणी

कृती :

१) कणकेत मीठ आणि तेल मिसळून पाण्याने घट्टसर भिजवा. तेल लावून गोळा थोडा मळा. अर्धा तास झाकून ठेवा.

२) कणीक पुन्हा थोडी मळून पोळीच्या आकारानुसार गोळे करा. एका गोळ्याची लंबगोल आकाराची (अंदाजे ३ इंच × ६ इंच) जाड पोळी लाटा. त्यावर तेल लावा व चिमटीने कोरडी कणीक पसरा. लांब बाजू मध्यात बोटांनी चिमटून गोलाकार 'बो' तयार करा. त्याच्या तेल लावलेल्या दोन्ही बाजू चिमटलेल्या जागी एकमेकींवर दुमडून गोलाकार, चपटी, दुपदरी लाटी बनवा. पोळी हलक्या हाताने, किंचित जाडसर, सगळीकडून सारख्या जाडीची लाटा.

३) पोळी लाटायला घेतानाच तवा तापत ठेवा. २–३ मिनिटांत तवा तापल्यावर गॅस बारीक करा. पोळी तव्यावर टाका. पोळी तव्यावर सरकायला लागल्यावर लगेच उलटा. आच मध्यम करून त्यावर पोळी दोन्ही बाजूने सोनेरी रंगावर उलटीपालटी करत, गोलाकार फिरवत भाजा. संपूर्ण पोळी टम्म फुगेल.

४) भाजलेली पोळी तव्यावरून काढून पोळपाटावर उभी धरा व मनगटाने हळूच दाबून पोळीतील वाफ काढून टाका. नंतर दोन्ही बाजूंना थोडेसे पातळ तूप लावा.

टीप

पोळी भाजताना फार वेळा भराभरा उलटत राहू नये. त्यामुळे पोळीच्या कुठल्याच भागाला पुरेशी उष्णता मिळत नाही. परिणामी, पोळी भाजायला वेळ लागतो. पोळी वातड होते. शिवाय पोळी सारखी उलटत राहिल्याने तिच्यात वाफ तयार होण्यासाठी पुरेसा वेळ मिळत नसल्यामुळे पोळी फुगतही नाही.

चौपदरी / सहा पदरी पोळी

साहित्य :

२ वाट्या कणीक, पाव चमचा मीठ, २ चमचे तेल, पाणी

कृती :

१) कणकेत मीठ आणि तेल मिसळून पाण्याने सैलसर भिजवा. तेल लावून गोळा थोडा मळा. अर्धा तास झाकून ठेवा.

२) **चौपदरी पोळीसाठी :** कणीक पुन्हा थोडी मळून पोळीच्या आकारानुसार गोळे करा. एका गोळ्याची गोल आकाराची जाड पोळी लाटा. त्याच्या अर्ध्या भागावर तेल लावा. चिमटीने कोरडे पीठ पसरा. बाजूचा अर्धा भाग त्यावर दुमडून अर्धगोल करा. आता त्याच्या अर्ध्या भागावर म्हणजे पाव भागावर तेल लावून पिठी पसरा. त्यावर बाजूचा पाव भाग दुमडून रुमालाच्या घडीप्रमाणे त्रिकोणी आकाराची घडी करा.

२) **सहा पदरी पोळीसाठी :** तयार गोळ्याची गोल आकाराची जाड पोळी लाटा. त्यावर तेल लावून कोरडे पीठ पसरा. मध्यात दुमडून अर्धगोल आकाराची घडी करा. या घडीवर तेल लावून कोरडे पीठ पसरा व सामोशाप्रमाणे एकावर एक येतील अशा पद्धतीने दुमडून त्रिकोणी आकाराची सहा पदरी घडी तयार करा.

३) फार जोर न देता त्रिकोणी लाटीची सगळीकडून सारख्या जाडीची त्रिकोणी किंवा गोल (किंवा आपोआप होईल त्या आकाराची) पोळी लाटा. पोळी फार जाड किंवा फार पातळ नको, मध्यम जाडीची असावी.

४) पोळी तापलेल्या तव्यावर टाकल्यावर प्रथम मंद गॅसवर १५-२० सेकंद भाजा. पोळी तव्यावर सरकायला लागल्यावर लगेच उलटा व गॅस मध्यम करा. पोळी भाजून होत जाईल तशी तव्यावर उलटीपालटी करत आणि गोलाकार फिरवत दोन्ही बाजू सगळीकडून व्यवस्थित भाजा. पोळी आतपर्यंत भाजलेली असेल याची खातरी करून नंतर तव्यावरून काढा.

५) भाजलेली पोळी तव्यावरून काढून पोळपाटावर उभी धरा व मनगटाने हळूच दाबून पोळीतील वाफ काढून टाका. नंतर दोन्ही बाजूंना थोडेसे पातळ तूप लावा व डब्यात ठेवा.

टीप

१) पोळीला जितके पदर जास्त तितकी पोळी कमी आचेवर जास्त वेळ देऊन भाजावी. पोळी आत कच्चट राहू नये याची काळजी घ्यावी.

२) जास्त पापुद्र्यांच्या पोळीला तव्यावरच दोन्ही बाजूने तेल सोडून भाजल्यामुळे पोळी वरून न करपता आतपर्यंत चांगली भाजली जाते (म्हणजे आतपर्यंत चांगली शिजते). तेल न लावलेली कोरडी पोळी वरून चटकन भाजली जाते पण आत कच्चीच राहते. पोळी तेलावर भाजल्यामुळे खुसखुशीतही होते.
३) तेलावर भाजलेल्या प्रत्येक पोळीनंतर तवा स्वच्छ कापडाच्या तुकड्याने किंवा टिश्यू पेपरने पुसून घेऊन नंतर त्यावर पुढची पोळी टाकावी.
४) पोळ्या गार झाल्यानंतर डब्याचे झाकण पूर्ण बंद करा.

चपाती

चपाती म्हणजेच पोळी. गव्हाच्या भिजवलेल्या पिठाची पातळ गोलाकार लाटून तव्यावर भाजलेली पोळी म्हणजे चपाती. 'चपेटथट्टी' या कन्नड शब्दापासून पुढे 'चपाती' हा शब्द रुढ झाला असावा. (चपेट म्हणजे चपटी आणि थट्टी म्हणजे गोल.)

१९५० च्या सुमारास सांगली-कोल्हापूर-कराड भागात रोज ज्वारीची भाकरीच केली जात असे. पोळी सणावाराला किंवा वाढदिवसाला अशा खास दिवशी मधूनमधून व्हायची. त्या काळी साध्या पोळीला 'चपाती' म्हणत. कदाचित कर्नाटक जवळ असल्याने हा शब्द इकडेही वापरात आला असावा. पुरण, गूळ, सांजा इत्यादी गोड सारण भरून केलेली असे तिला पोळी म्हणत.

चपाती बहुधा 'खपली' जातीच्या लालसर गव्हाची असे. गहूही घरीच जात्यावर किंवा त्या काळी अस्तित्वात असणाऱ्या गिरणीतून दळलेले असत, त्यामुळे पीठही जाडंभरडच असे. त्यामुळेच कदाचित चपाती अंगाने जाडसर आणि रंगाने लालसर असे.

चौपदरी पोळीप्रमाणेच त्रिकोणी घडी त्रिकोणी आकारात लाटून चुलीवर, बिडाच्या मोठ्या सपाट तव्यावर भाजली जात असे. घरचे साजूक तूप घातलेली गरम पोळी लुसलुशीत तर शिळी गार पोळी खुशखुशीत असे. चपातीबरोबर गुळांबा, साखरआंबा किंवा काकवी सर्व्ह केली जात असे. गोड नको असल्यास चटणी-लोणचे तोंडी लावणे असे.

(ही माझ्या आठवणीतली चपाती)

पीठपोळी

(विस्मृतीत गेलेला पोळीचा प्रकार)

चपातीच्या काळातच आणखी एक प्रकारची पोळी मे-जूनमध्ये आंब्याच्या हंगामात आमरसाबरोबर खाण्यासाठी आवर्जून केली जायची, ती म्हणजे पीठपोळी.

पोळीच्या कणकेत तांदूळ पिठीच्या उकडीचा गोळा पुरणासारखा भरून ही पोळी केली जाई. ही पोळीही अतिशय मऊ, लुसलुशीत असे. आमरसाबरोबर 'पीठपोळी' ही त्या काळी खासीयत असे. आजही ही पोळी व्हेज, नॉनव्हेज रस्सा किंवा पंजाबी ग्रेव्हीतल्या भाज्यांबरोबर खाण्यासाठी उत्तम प्रकार आहे.

करायला सोपी आणि खायला पोटभरीची– अशा या पीठपोळीची कृती खालीलप्रमाणे :

साहित्य :

पोळीसाठी : २ वाट्या कणीक, पाव चमचा मीठ, २ चमचे तेल, पाणी, तांदूळ पिठी (लाटताना लावण्यासाठी)

उकडीसाठी : अर्धी वाटी सुवासिक तांदूळ पिठी, पाव चमचा मीठ, अर्धा चमचा तूप, अर्धा चमचा साखर, अर्धी वाटी पाणी

कृती :

१) कणकेत मीठ, तेल मिसळून पाण्याने भिजवा. फार घट्ट किंवा सैल नको. तेलाच्या हाताने थोडी मळून अर्धा तास झाकून ठेवा.

२) उकडीसाठी पाण्यात तेल, मीठ, साखर घालून उकळा. गॅस बंद करून त्यात पिठी मिसळा. हलवून एकजीव करा. नंतर त्यावर पाणी शिंपडून १ मिनिटांची वाफ द्या.
थोडी गार झाल्यावर मिक्सरच्या भांड्याला आतून तेल लावून थोडी फिरवा किंवा तेलाच्या हाताने मऊसूत मळून एकसारखे लहान गोळे करा.

३) उकडीच्या गोळ्यापेक्षा थोडा मोठा कणकेचा गोळा घ्या. त्याची बोटांनी वाटी करून त्यात उकडीचा गोळा भरा व उंडा बंद करा. हलक्या हाताने तांदळाच्या पिठीवर किंचित जाडसर पोळी लाटा. तव्यावर मध्यम आचेवर पोळी उलटीपालटी करत दोन्ही बाजूने सोनेरी रंगावर भाजा. वर थोडेसे पातळ तूप लावा.

टीप

१) **उकड करायची सोपी पद्धत :** उकडीचे सर्व साहित्य नीट एकत्र मिसळून डब्यात भरा, झाकण लावा, डबा कुकरमध्ये ठेवून एक शिट्टी द्या. शिट्टी पडल्यावर उकड डब्यातून काढून घ्या व तेलाच्या हाताने मळा. या पद्धतीत उकडीमध्ये गाठी किंवा खरपुडी होत नाहीत. उकड पटकन मळली जाते.

२) उकडीत तिखट, मीठ, धने–जिरेपूड, कोथिंबीर घाला. ही मसालेदार उकड भरून 'मसाला पीठपोळी' बनवा. याला 'उकडीचा पराठा'ही म्हणू शकता. उकडीमुळे ही पोळी मऊच राहत असल्याने दात नसणारांसाठी (लहान मुले किंवा ज्येष्ठ नागरिक) उत्तम.

३) मोदकाची केलेली उकड उरल्यास ती पीठपोळीसाठी वापरू शकता.

मिस्सी रोटी

साहित्य :

१ वाटी कणीक, पाव चमचा जिरे, १ वाटी बेसन पीठ, अर्धा चमचा ओवा, अर्धा चमचा मीठ, १ टे. स्पून तेल

कृती :

१) सर्व साहित्य एकत्र मिसळून त्यात आवश्यक तेवढे पाणी घालून साधारण घट्टसर कणीक भिजवा. अर्धा तास झाकून ठेवा. नंतर त्याचे आठ गोळे करून झाकून ठेवा.

२) एकेका गोळ्याची किंचित जाड पोळी लाटा. तव्यावर मध्यम आचेवर भाजा. भाजताना तव्यावरच पोळीला दोन्ही बाजूंनी थोडेथोडे तेल लावून सोनेरी रंगावर भाजा.

३) लोणी किंवा तूप किंवा दह्याबरोबर गरम किंवा गार सर्व्ह करा. दह्यातल्या कोशिंबिरी उत्तम.

रुचिपालट

१) **धापडे :** मिस्सी रोटीसारखाच पोळीचा प्रकार वऱ्हाडात म्हणजे नागपूरकडच्या भागात केला जातो. त्याला धापडे म्हणतात. थोडेफार बदल करून मिस्सी रोटी किंवा धापडा अधिक पौष्टिक आणि रुचकर बनवता येतो. त्यासाठी मिस्सी रोटीच्या पिठात १ टे. स्पून उडीद, मूग, मसूर, सोया, मका, नाचणी (यातील जी घरात असतील ती) पिठे मिसळा. पीठ भिजवताना त्यात हळद, तिखट, मीठ, हिंग मिसळा. तीळ बाजूला ठेवा. लाटी पुरीएवढी लाटून झाल्यावर त्यावर तीळ पसरून पुढे लाटा. त्यामुळे तीळ पोळीला चिकटून राहतात. वरच्यावर असल्यामुळे भाजताना खमंग होतात. पूर्ण पोळी लाटून झाल्यावर मिस्सी रोटीप्रमाणे तेल सोडून तव्यावर भाजा.

२) मिस्सी रोटीचे पीठ भिजवण्यासाठी शिजवलेली पालकाची पेस्ट किंवा टोमॅटोची प्युरी वापरू शकता. तसेच त्यात कांदा / मिरची / पुदिना / कोथिंबीर (सर्व बारीक चिरून) मिसळल्यास रोटी वेगळ्या स्वादाची आणि वेगवेगळ्या रंगांची होते. पौष्टिकपणाही वाढतो.

खाकरा

साहित्य :

२ वाट्या कणीक, पाव चमचा मीठ, पाव चमचा जिरेपूड, पाव चमचा मिरेपूड, ३ चमचे तेल, पाणी

कृती :

१) थोडे पाणी, मीठ, तेल, जिरे–मिरेपूड एकत्र करून मिक्सरमध्ये किंवा हँडमिक्सरने थोडे फेटा. हे फेटलेले पाणी कणकेत घाला. उरलेले पाणी लागेल तसे वापरून पीठ साधारण घट्ट भिजवा. अर्धा तास झाकून ठेवा.

२) पिठाचे सारख्या आकाराचे सहा गोळे करून झाकून ठेवा. एका गोळ्याची एकदम पातळ पोळी लाटा. मोठ्या गोल डब्याच्या झाकणाने पुरीप्रमाणे गोल आकार कापा, म्हणजे सर्व खाकरे एकसारख्या आकाराचे होतील.

३) खाकरा सपाट किंवा उथळ तव्यावर मध्यम आचेवर भाजा. भाजताना लाकडी दाबण्याने किंवा स्वच्छ कापडाच्या मोठ्या पुरचुंडीने वरून सगळीकडून दाबतदाबत, भाजून होईल तसतसा फिरवत फिरवत आणि उलटापालटा करत दोन्ही बाजूंनी सोनेरी रंगावर भाजा. भाजताना खाकऱ्यात ओलेपणा अजिबात राहू देऊ नका. गार झाल्यावर खाकरा खुसखुशीत आणि कोरडा होतो.

झटपट खाकरा (मायक्रोवेव्ह पद्धत)

यासाठी उरलेल्या पोळ्या वापरा. मायक्रोवेव्हमध्ये टर्नटेबलवर पांढरा कोरा कागद (झेरॉक्स पेपर चालेल) ठेवा. त्यावर एक पोळी पसरा. दीड ते दोन मिनिटे मायक्रोवेव्ह करा. मध्ये दर ३० सेकंदांनी पोळी आतल्या आत फिरवत व उलटत राहा. गार झाल्यावर कुरकुरीत खाकरा तयार!

रुचिपालट

१) **लसूण खाकरा :** थोड्या पाण्यात मीठ, तेल, जिरेपूड, मिरेपूड, १ टी स्पून लसूण पेस्ट मिसळून मिक्सरमधून फेटा व त्या पाण्याने पीठ भिजवून खाकरा बनवा.

२) **मेथी खाकरा :** १ टे. स्पून कसूरी मेथी पाण्यात १० मिनिटे भिजत ठेवा. नंतर त्यात मीठ, तेल घालून मिक्सरमधून फिरवा व त्या पाण्याने पीठ भिजवून खाकरा बनवा.

३) **पालक खाकरा :** १ वाटी ब्लांच केलेल्या पालकाची प्युरी घ्या. त्यात मीठ, लसूण पेस्ट, मिरेपूड व तेल मिसळून त्यात मावेल एवढी कणीक भिजवा. पीठ भिजवण्यासाठी वेगळे पाणी वापरू नका. या पिठाचा पालक खाकरा बनवा.

४) **मसाला खाकरा :** कणकेत तिखट, मीठ, हळद, हिंग, जिरेपूड, मिरेपूड घाला. तेल व पाणी मिक्सरमधून फेटा व त्या पाण्याने पीठ भिजवून खाकरा बनवा.

५) **नाचो :** खाकऱ्याच्या पिठाच्या ३-४ इंच व्यासाच्या पातळ पुऱ्या लाटा. त्यावर पिझ्झाकटरने वरच्यावर तीन चिरा देऊन सारख्या आकाराचे सहा त्रिकोण करा. तव्यावर मावतील एवढ्या पाच-सहा पुऱ्या एकदम टाका. त्यावर दोन्ही बाजूने ब्रशने थोडेसे तेल लावून, दाबणीने दाबून पुऱ्या कोरड्या होईपर्यंत सोनेरी रंगावर भाजा. गार झाल्यावर पुऱ्या हाताने मोडून त्रिकोण सुटे करा. न तळलेले कुरकुरीत नाचो तयार! (नाचोसाठी मक्याचे व गव्हाचे मिश्रपीठ वापरू शकता. नाचो सर्वसाधारणपणे तळून केले जातात.)

रुमाली रोटी

(मूळची पद्धत)

हॉटेलमध्ये किंवा बुफेमध्ये मिळणारी रोटी अशी केली जाते : फक्त मैदा पाण्यात भिजवला जातो. भिजवलेल्या मैद्याचा मोठा गोळा घेऊन त्याची प्रथम मोठी पोळी लाटून नंतर ती पोळी पालथ्या हातांवर घेऊन कडेकडेने हळूहळू लांबवत आणखी पातळ केली जाते किंवा हवेत उंच गोलाकार उडवून लांबवली जाते. ही अति पातळ पोळी गॅसवर ॲल्युमिनिअमची मोठी कढई पालथी ठेवून, तापवून त्यावर भाजली जाते. सर्वसामान्य व्यक्तीला या पद्धतीने रुमाली रोटी करणे अशक्यच, त्यासाठी खूप सराव हवा. त्यापेक्षा पुढे दिलेल्या सोप्या पद्धतीने रुमाली रोटी घरी कधीही बनवू शकता.

घरी रुमाली रोटी करताना मैद्यात चवीपुरते मीठ व थोडे तेलाचे मोहन घालून भिजवा. मिठामुळे रोटी चविष्ट होते; तर तेलामुळे मऊ राहते. गार झाली तरीही वातड होत नाही.

(सोपी पद्धत)

साहित्य :

२ वाट्या मैदा किंवा १ वाटी मैदा + १ वाटी कणीक, पाव चमचा मीठ, १ टे. स्पून तूप, तांदळाची पिठी

कृती :

१) पीठ व मीठ एकत्र करून पाण्याने थोडेसे सैल भिजवा. नंतर त्यात तूप जिरवा. मळून अर्धा तास झाकून ठेवा. नंतर लिंबाएवढे एकसारख्या आकाराचे सहा किंवा आठ गोळे करून झाकून ठेवा.

२) त्यातील दोन गोळे घ्या. ते पोळपाटावर हाताने थापून किंवा थोडे लाटून चपटे करा. दोन्ही चपट्या लाट्या एकसारख्या आकाराच्या करा. त्यावर तूप लावा. वर चिमटीने तांदळाची पिठी (पिठी नसल्यास मैदा) पसरा. दोन्हींची तूप लावलेली बाजू एकमेकींवर ठेवून हलक्या हाताने दाबून बसवा. या जोडलाटीची एकच पोळी लाटा. पोळी पोळपाटाला चिकटू नये म्हणून लाटताना तांदूळ पिठी वापरा.
३) पोळी लाटायला घेतानाच गॅसवर तवा तापवून गॅस बारीक करून ठेवा. पोळी तव्यावर टाकल्यावर गॅस मध्यम करा. पोळी एक-दोन वेळा उलटून पोळीचा रंग फारसा बदलू न देता, पोळीवर भाजल्याचे डाग पडू न देता भाजा. (पोळी कच्ची राहणार नाही याची काळजी घ्या. ही पोळी लवकर भाजली जाते.)
४) भाजलेली पोळी पोळपाटावर उभी धरून मनगटाने हळूच दाबा म्हणजे पोळीचे दोन्ही पदर सुटे होतील. मग दोन्ही पोळ्या सुट्या करून, त्यावर तूप लावून उभ्या आडव्या दुमडून रुमालाप्रमाणे त्रिकोणी आकाराच्या चौपदरी घड्या करा किंवा रोटीच्या १ इंच × २ इंच आकाराच्या पट्ट्या कापून त्यांची चळत करा. रुमाली रोटी गरमच सर्व्ह करा.

टीप

तांदळाच्या पिठीमुळे लाटताना पोळी भरभर पसरते व हवी तितकी पातळ लाटता येते.

खस्ता रोटी

साहित्य :

२ वाट्या कणीक, अर्धा टी स्पून शहाजिरे, अर्धा चमचा ओवा, अर्धा टी स्पून बेकिंग पावडर, ४ टे. स्पून तूप, पाऊण कप दूध, पाव चमचा मीठ, १ अंडे (ऐच्छिक)

कृती :

१) प्रथम कणीक, मीठ, बेकिंग पावडर व तूप एकत्र करून मिक्सरमधून जरासे फिरवा, म्हणजे तूप पिठात सगळीकडे सारखे पसरून पीठ रवाळ होईल. नंतर त्यात शहाजिरे, ओवा, अंडे (हवे असल्यास) मिसळा व पीठ दुधाने घट्ट भिजवा. १५ मिनिटे झाकून ठेवा.
२) नंतर पीठ पुन्हा थोडे मळून पिठाचे १० सारख्या आकाराचे गोळे करा व १५ मिनिटे झाकून ठेवा.
३) एकेका गोळ्याची ६-७ इंच व्यासाची पोळी लाटा. त्यावर सुरीने १०-१२ टोचे द्या.
४) पोळी लाटायला घेतानाच तवा तापवून गॅस बारीक करून ठेवा. पोळी तव्यावर टाकल्यावर गॅस मध्यम करा. प्रथम पोळी दोन्ही बाजूने तूप सोडून थोडी भाजा. नंतर गॅस लहान करून

उलथण्याने किंवा लाकडी दाबणीने सगळीकडून दाबत दोन्ही बाजूने सोनेरी रंग येईपर्यंत भाजा. ओलेपणा राहू देऊ नका. तव्यावरून काढल्यावर तारेच्या जाळीवर पसरून ठेवा. गार झाल्यावर डब्यात भरा.

टीप

लाटलेल्या पोळीला सुरीने टोचे दिल्यामुळेही पोळी फुगत नाही, दाबून भाजण्यामुळे पोळीत वाफ राहत नाही. त्यामुळे रोटी आतपर्यंत खुसखुशीत होते.

तंदुरी रोटी

साहित्य :

२ वाट्या मैदा किंवा १ वाटी मैदा + १ वाटी कणीक, पाव चमचा मीठ, ३ चमचे तेल (ऐच्छिक), अर्धा टी स्पून बेकिंग पावडर, पाणी

कृती :

१) मैदा, कणीक, मीठ, बेकिंग पावडर एकत्र चाळा. तेल सगळ्या पिठात नीट मिसळा. पाण्याने पीठ सैलसर भिजवा. मळून अर्धा तास झाकून ठेवा.

२) साध्या पोळीपेक्षा किंचित जाड पोळी लाटा. तव्यावर पोळी दोन्ही बाजूने थोडीशी भाजून घ्या. दुसऱ्या बर्नरवर स्टीलची जाळी (वायर मेश) ठेवा. त्यावर ही कमी भाजलेली पोळी टाकून पापडासारखी भरभर उलटीपालटी करत काळे डाग पडू न देता खरपूस भाजा.

३) रोटीवर लोणी किंवा बटर घालून गरम सर्व्ह करा.

तंदुरी रोटी भाजायची दुसरी पद्धत :

- विटकराचे लहानलहान तुकडे स्वच्छ धुवून वाळवून ठेवा. हे पुढे प्रत्येक वेळी रोटी भाजायला उपयोगी पडतील. गॅसच्या डाव्या बर्नरवर तवा व उजवीकडील बर्नरवर वायरमेश ठेवून त्यावर या विटकराच्या तुकड्यांचा छोटा ढीग रचा व गॅस बारीक ठेवा.
- तव्यावर रोटी दोन्ही बाजूने थोडीशी भाजून झाल्यावर तापलेल्या विटकराच्या ढिगावर टाका व गॅस मोठा करा. फुलक्याच्या चिमट्याने भरभर उलटीपालटी करत काळे डाग पडू न देता खरपूस भाजा. रोटी काढून घेतल्यावर गॅस बारीक करून ठेवा.
- विटकराच्या तुकड्यातली धग आणि मधून येणाऱ्या जाळाची धग यामुळे तंदुरी रोटी खरपूस भाजली जाते.

नान

साहित्य :
२ कप मैदा, अर्धा टी स्पून साखर, १ टी स्पून फ्रेश यीस्ट किंवा अर्धा टी स्पून ड्राय यीस्ट, अर्धा टी स्पून मीठ, २ टे. स्पून तूप किंवा तेल, कोमट पाणी

कृती :
ड्राय यीस्ट वापरायचे असल्यास : अर्धा कप कोमट पाण्यात साखर व ड्राय यीस्ट टाका. १० मिनिटे थांबा. पाण्यात यीस्ट विरघळून पाणी गढूळ दिसेल आणि पाण्यात बुडबुडे येतील. हे पाणी पीठ भिजवताना वापरा.

१) बाऊलमध्ये मैदा घ्या. त्यात मध्यात खळगा करून साखर व फ्रेश यीस्ट (किंवा ड्राय यीस्टचे तयार केलेले पाणी) टाका. त्यात कोमट पाणी मिसळत पीठ सैलसर मळा. नंतर तेल व मीठ मिसळून ५–७ मिनिटे मळा. तासभर (पीठ फुगून दुप्पट आकाराचे होईपर्यंत) झाकून ठेवा. उन्हाळ्यात पीठ अर्ध्या–पाऊण तासात फुगेल; तर थंडीत २–३ तासही लागू शकतील.

२) नंतर बुक्क्या मारून पिठातली हवा काढून टाका व पुन्हा थोडे मळा. पिठाचे ६ गोळे करून झाकून ठेवा. एकेका गोळ्याचा थापून किंवा लाटून गोल किंवा लंबगोल आकाराचा 'नान' म्हणजेच पोळी बनवा. नान फार जाड लाटू नका. नंतर लाटलेला नान डाव्या तळहातावर घेऊन त्याचे खालचे टोक उजव्या हाताच्या बोटात धरून हळूहळू खाली ओढत नानला लांबट त्रिकोणी (पताकाप्रमाणे) आकार द्या व तो बेकिंग ट्रेमध्ये ठेवा. असे आणखी २ नान करून ट्रेमध्ये ठेवा.

३) ओव्हन किंवा मायक्रोवेव्हमधील कन्व्हेक्शन २००° से.वर प्री हीट करा. त्यात 'लो रॅक' ठेवून त्यावर नानचा ट्रे ठेवा व ४–५ मिनिटे भाजा. नान दोन्ही बाजूने व्यवस्थित भाजला गेल्याची खातरी करून बाहेर काढा.

नान गॅसवर भाजायचा असल्यास :
तवा तापवून गॅस बारीक करून ठेवा. त्यावर एक नान टाकून दोन्ही बाजूने थोडाथोडा भाजून घ्या. नंतर तो फुलका भाजायच्या चिमट्यात धरून, तवा बाजूला करून थेट गॅसच्या जाळावर दोन्ही बाजूने पापडाप्रमाणे भरभर उलटापालटा करत फारसे काळे डाग पडू न देता भाजा.

हल्ली पापड भाजायच्या जाळीसारखी धातूची मोठी जाळी (वायर मेश) मिळते. ती गॅसवर ठेवून त्यावर नान भाजू शकता.

रुचिपालट

- **बटर नान :** भाजलेल्या गरम नानवर बटर पसरा.
- **चीजी नान :** किसलेल्या चीजमध्ये थोडे मीठ, मिरेपूड, ओरेगानो व चिली फ्लेक्स मिसळा. गरम नानवर हे चीज पसरा व नानचा ट्रे हाय रॅकवर ठेवून १-२ मिनिटे (चीज वितळेपर्यंत) ग्रील करा.
- गरम नानवर तव्यावर असतानाच चीज टाका, ते लगेच वितळते.
- **गार्लिक नान :** लाटलेल्या नानवर बारीक चिरलेला लसूण पसरा. हवे असल्यास त्यावर थोडे तीळ, खसखस किंवा ओरेगानो पसरा. हाताने थापून ते नानवर दाबून बसवा. नान भाजा.
  भाजलेल्या नानवर बटर, थोडीशी बारीक चिरलेली कोथिंबीर किंवा एकदम बारीक चिरलेली कांदापात पसरा. नान गरमच सर्व्ह करा.

खमिरी रोटी

नानच्या तयार पिठाची नानपेक्षा थोडी जाड, गोल भटुऱ्याच्या आकाराची पोळी लाटा. तवा तापवून गॅस बारीक करून ठेवा. लाटलेली पोळी तव्यावर टाकल्यावर एकदा उलटीपालटी करा. नंतर गॅस मध्यम करून दोन्ही बाजूने पूर्ण भाजा. खमिरी रोटी ब्रेडप्रमाणे मऊ असते. जेवणात खमिरी रोटीचा नान / भटुऱ्याप्रमाणे उपयोग करू शकतो.

रुचिपालट

- **स्टफ्ड खमिरी रोटी :** पिठाच्या लहान गोळीत आवडीचे व्हेज किंवा नॉनव्हेज सारण भरून पराठ्याप्रमाणे लाटा. तव्यावर दोन्ही बाजूने तेल सोडून सोनेरी रंगावर भाजा.
- **पीटा पॉकेट्स :** खमिरी रोटी म्हणजेच पीटा ब्रेड. ही रोटी भाजताना तव्यावर टम्म फुगते. ती मध्यात कापून दोन पॉकेट्स बनवा. त्यात सॅलड्स, ड्रेसिंग्ज, हम्मस, कटलेट किंवा आवडीचे स्टफिंग भरून पीटा पॉकेट्स बनवा.

ओट्स रोटी

१ वाटी कणकेत अर्धी वाटी ओट्स (मिक्सरमधून केलेले पीठ), पाव टी स्पून मीठ व १ टे. स्पून तेल मिसळा. पीठ पाण्याने भिजवून पोळी करा.

राजगिरा रोटी

१ वाटी कणकेत पाव वाटी राजगिरा पीठ, मीठ, तेल घालून भिजवा. पोळी करा. ओट्स, राजगिरा, सोया आदी पिठे कणकेत मिसळून पोळ्या केल्यास हे पदार्थ सहजपणे रोजच्या खाण्यात येतात. मुद्दाम वेगळे काही करण्याची गरज राहत नाही.

टीप

राजगिरा पीठ मिसळून कणीक भिजवताना पाणी अगदी जपून वापरा. नेहमीच्या प्रमाणात पाणी वापरल्यास पीठ अति सैल होते.

कुलचा

साहित्य :

२ वाट्या मैदा किंवा १ वाटी मैदा + १ वाटी कणीक , पाव चमचा साखर, अर्धा चमचा मीठ, अर्धे अंडे, पाव टी स्पून सोडा किंवा बेकिंग पावडर, १ टे. स्पून दही, कोमट दूध

कुलचासाठी नानचे भिजवलेले पीठही वापरू शकता.

कृती :

१) सर्व साहित्य एकत्र मिसळून पीठ दुधाने सैलसर भिजवा. मळून ३–४ तास झाकून ठेवा.
२) पुन्हा थोडे मळून पिठाचे आठ गोळे करून झाकून ठेवा. गोळ्याचा लंबगोल आकाराचा पोळीच्याच जाडीचा कुलचा लाटा. बाकीचे कुलचे लाटून बेकिंग ट्रेमध्ये एकेरी सुटे ठेवा.
३) ओव्हन किंवा कन्व्हेक्शन २२० डिग्री से.वर प्री हीट करून त्यात ३–४ मिनिटे बेक करा.

कुलचा गॅसवर भाजायचा असल्यास प्रथम तव्यावर दोन्ही बाजूने थोडासाच भाजा. नंतर चिमट्यात धरून फुलक्याप्रमाणे गॅसच्या जाळावर भरभर उलटापालटा करत जळू न देता भाजा. बटर लावून गरम सर्व्ह करा.

रुचिपालट

१) लाटलेल्या कुलच्यावर बारीक चिरलेली कोथिंबीर किंवा बारीक चिरलेला लसूण, तसेच तीळ, खसखस, कलौंजी यापैकी जे उपलब्ध असेल ते पसरून पुन्हा थोडे लाटा व नंतर भाजा. जे पदार्थ लाटताना कुलच्यावर पसरलेले असतात त्यांचा स्वाद कुलचात उतरतो.

२) **पनीर स्टफ्ड कुलचा :** २ वाट्या पनीरच्या चुऱ्यात मीठ, तिखट, चाट मसाला, कोथिंबीर मिसळून स्टफिंग तयार करा. पिठाच्या गोळ्यात बोटांनी दाबून खोलगट खड्डा करा व त्यात स्टफिंग भरा. उंडा बंद करून गोल किंवा लांबट आकाराचा कुलचा लाटा. ओव्हनमध्ये किंवा गॅसवर भाजा. त्यावर पातळ बटर पसरून गरम सर्व्ह करा.

३) **चीज स्टफ्ड कुलचा :** २ वाट्या किसलेल्या चीजमध्ये मीठ, मिरेपूड, ओरेगानो, चिली फ्लेक्स मिसळून स्टफिंग बनवा व ते भरून पनीर कुलच्याप्रमाणे कुलचे करा.

४) **पोटॅटो स्टफ्ड कुलचा :** उकडलेला बटाटा किसून त्यात मीठ, आलं-लसूण-मिरची पेस्ट, लिंबू, बारीक चिरलेली कोथिंबीर मळून गोळे करा व ते पिठाच्या गोळीत भरून कुलचे बनवा.

५) **अमृतसरी कुलचा :** अर्धी वाटी प्रत्येकी कांदा, उकडलेल्या बटाट्याचा कीस, २ हिरव्या मिरच्या आणि २ टे. स्पून कोथिंबीर (बारीक चिरून), चवीनुसार मीठ, लिंबाचा रस एकत्र मिसळून सारण बनवा व ते पिठाच्या गोळीत भरून कुलचे बनवा.

६) **पंजाबी कुलचा :** या कुलचासाठी यीस्ट वापरून भिजवलेले नानचे पीठ किंवा वरीलप्रमाणे बेकिंग पावडर व दही वापरून भिजवलेले कुलचाचे पीठ वापरू शकता. या कुलच्यासाठी पिठाचे लिंबाएवढ्या आकाराचे लहान गोळे करून पुरीपेक्षा थोडे जाड, गोल कुलचे लाटा. त्यावर मध्यभागी बारीक चिरलेली कोथिंबीर व कलौंजी टाकून पुन्हा थोडे लाटा. लहान गॅसवर तव्यावर लाटलेला कुलचा टाकून, दोन्ही बाजूने तेल सोडून हलक्या सोनेरी रंगावर भाजा. गरमागरम कुलचे छोल्यांबरोबर सर्व्ह करा.
पंजाबी कुलचे मिनी पिझ्झा बेसच्या ब्रेडप्रमाणे जाड असतात.
छोले-कुलचे हा अस्सल पंजाबी ब्रेकफास्ट आहे.

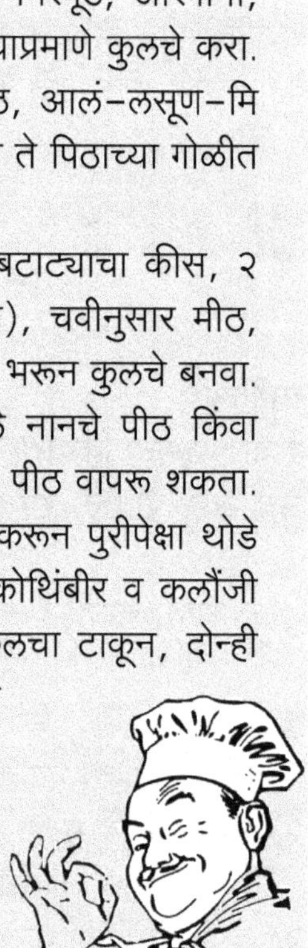

गोड पोळ्या

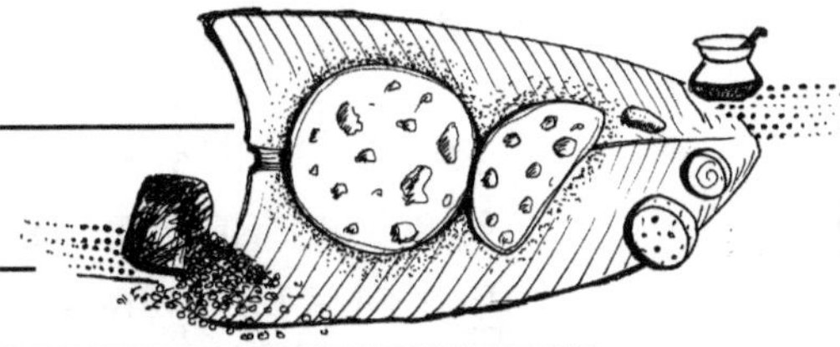

पुरणपोळी

साहित्य :

पोळीसाठी : दीड वाटी कणीक, पाव वाटी मैदा, पाव चमचा मीठ, अर्धी वाटी तेल, तांदूळ पिठी (लाटण्यासाठी)

पुरणासाठी : २ वाट्या हरभरा डाळ, १ वाटी बारीक चिरलेला गूळ, १ वाटी साखर, प्रत्येकी अर्धा टी स्पून वेलची पूड, जायफळ पूड

कृती :

१) पुरणासाठी हरभरा डाळ धुवून ४ वाट्या पाण्यात अर्धा तास भिजत ठेवा. नंतर प्रेशरकुकरमध्ये मऊ शिजवा. शिट्टी पडल्यावर बाहेर काढून चाळणीत ओतून पाणी बाजूला काढा. (हे पाणी कटाच्या आमटीसाठी वापरा.) नंतर त्यात गूळ व साखर मिसळून गार करायला ठेवा. गार झालेले पुरण पाणी सुटल्यामुळे पातळ होईल.

२) कणीक व मैदा एकत्र मिसळून पाण्याने भिजवा व अर्धा तास झाकून ठेवा. नंतर परातीत २–३ टे. स्पून पाणी, तेल व मीठ एकत्र मिसळून मिश्रण पांढरट दिसेपर्यंत हाताने फेटा. त्यात भिजवलेला कणकेचा गोळा ठेवून तो मळतमळत मिश्रण जिरवा. नंतर मनगटाने जोर देत पीठ पुढे रेटत पिठाला चांगली तार येईपर्यंत मळा. यालाच कणीक 'तिंबणे' म्हणतात. तिंबून तयार झालेली कणीक तेल लावलेल्या भांड्यात झाकून ठेवा.

३) गार झालेले पुरण मिक्सरमधून बारीक वाटा व नॉनस्टिक पॅनमध्ये काढून गॅसवर सतत हलवत परता. पुरणातले पाणी कमी होईल तसे गॅस बारीक करून पुरण भरभर हलवा म्हणजे पॅनला लागून करपणार नाही. पुरण साधारण कोरडे झाल्यावर ते मध्यात उलथण्याने गोळा करून त्यात तेच उलथणे उभे करा. उलथणे उभेच राहिले, सहज पडले नाही की पुरण झाले असे समजा.

त्यानंतर गॅस बंद करून त्यात जायफळ, वेलची पूड मिसळा व येताजाता हलवत पुरण पूर्ण गार करा. गार होईल तसे पुरण आणखी कोरडे होत जाते व पूर्ण गार झाल्यावर त्याचा गोळा कणकेत भरून पोळी लाटण्याजोगे होते.

मायक्रोवेव्ह पद्धत : घरी मायक्रोवेव्ह असल्यास पुरण अगदी सोप्या पद्धतीने आणि झटपट होते. शिवाय करपायचा धोका अजिबात नसतो. त्यासाठी मिक्सरमध्ये वाटलेले डाळ–गुळाचे मिश्रण काचेच्या मायक्रोवेव्ह सेफ भांड्यात काढा. हाय पॉवरवर न झाकता ४–५ मिनिटे द्या. बाहेर काढून नीट हलवा व कितपत कोरडे झाले आहे हे पाहा. त्यानुसार

पुढची २–३ मिनिटे मायक्रोवेव्ह करा. पुन्हा हलवून पाहा. पुरण थोडे ओलसर असतानाच थांबा. त्यात जायफळ, वेलची पूड मिसळा. येताजाता हलवत गार करा. गार झाले की पुरण कोरडे होते. मायक्रोवेव्हमध्ये पुरण दोन–तीन वेळा हलवावे लागते. गॅसवर मात्र सतत हलवणे गरजेचे असते.

पूर्ण गार झालेल्या पुरणाचे १०–१२ एकसारख्या आकाराचे गोळे करून झाकून ठेवा.

४) कणीक पुन्हा एकसारखी करून तिचेही पुरणाप्रमाणे १०–१२ एकसारख्या आकाराचे गोळे करून झाकून ठेवा. पोळीच्या कणकेच्या तिप्पट ते चौपट पुरण असायला हवे. म्हणजे कणकेचा पेढ्याएवढा गोळा असेल तर पुरणाचा बुंदीच्या लाडूएवढा गोळा असावा.

पुरणाचे आणि कणकेचे गोळे आधीच करून ठेवल्यामुळे प्रत्येक पोळीसाठी लागणारे पुरण व कणीक मोठ्या गोळ्यातून काढून घ्यायचा वेळ वाचतो, पुरण किंवा कणीक दोन्हीही हाताला चिकटण्याची कटकट वाचते, आणि सर्व पोळ्या एकसारख्या होतात. खूप पोळ्या करायच्या असल्यास पुरणाचे आणि कणकेचे प्रथम चार सारखे भाग करावेत व त्यातील एका भागाचे लहान गोळे करून ठेवावेत.

५) पोळी करायला घेण्याआधी खालील तयारी करा :

   १) गॅसवर मोठा, शक्य तितका सपाट तवा ठेवा.
   २) तव्यावरून काढलेली पोळी ठेवण्यासाठी शक्यतो उजव्या बाजूला एक वर्तमानपत्र पसरून, त्यावर कोरे कागद पसरा. कागदामुळे पोळ्या घामेजत नाहीत.
   ३) उजवीकडेच पसरट भांड्यात तांदळाची पिठी व पुरण आणि कणकेचे तयार केलेले गोळे (झाकूनच) ठेवा.
   ४) वर्तमानपत्राच्या जाड घडीवर पोळपाट ठेवा म्हणजे पोळी लाटताना तो ओट्याच्या गुळगुळीतपणामुळे सरकणार नाही.

टीप

नवशिक्यांनी एखादे पातळ, सुती किंवा तलम कापड पोळपाटावर ताणून बांधा. कापड ओले करून बांधल्यास एकदम घट्ट बांधता येते आणि वाळल्यावर ते पोळपाटावर आणखी ताणून बसते. कापडामुळे पोळी धाग्यांवर अधांतरी लाटली गेल्यामुळे ती पोळपाटाला चिकटत नाही. लाटायला सोपी जाते, भरभर वाढते.

पोळपाटावर कागद ठेवून त्यावरही पोळी लाटता येते.

पुरणपोळी इतकी मऊ लुसलुशीत असते की लाटताना ती सगळीकडून सारखी लाटली जाण्यासाठी वारंवार उचलून उलटी करणे किंवा हाताने फिरवणे शक्य नसते. पोळी चिकटलेली नाही हे पाहण्यासाठी आणि सगळीकडून एकसारख्या जाडीची व गोल आकाराची लाटली जाण्यासाठी पोळपाटच दोन्ही हातात धरून हलवावा आणि फिरवावा लागतो. कागदावर पोळी लाटण्यामुळे फक्त कागद हलवला किंवा फिरवला तरी काम होते, पोळपाट हलवायची गरज राहत नाही.

५) पोळी तव्यावर टाकण्यासाठी कागद आणि लाटायला लाटणे तयार ठेवा.

६) तवा गॅसवर १-२ मिनिटे तापवून गॅस बारीक करून ठेवा. हाताची बोटे पिठीत बुडवून त्यांनी कणकेची १ गोळी उचला व ती पिठीत टाका म्हणजे कणीक हाताला चिकटणार नाही. नंतर त्या गोळीची अंगठ्याने मध्यात राबून खोलगट वाटी करा व ती डाव्या तळहातावर ठेवा. त्यात पुरणाचा एक गोळा ठेवून तो उजव्या हाताच्या बोटांनी खाली दाबा, त्याच वेळी डाव्या तळहाताने कणीक पुरणाभोवती वर ढकला. कणीक चिकटू लागल्यास हाताला पिठी लावा. कणीक पुरेशी पुरणाच्या वर आली की उजव्या हाताने ती मध्यात गोळा करून उंडा बंद करा.

पोळपाटावर पिठी पसरून त्यावर उंड्याची बंद केलेली बाजू ठेवा व उंडा हाताने हळूहळू थापून चपटा करा. लाटण्याला पिठी लावून पोळी लाटायला सुरुवात करा. लाटताना लाटण्यावर अजिबात जोर देऊ नका. दोन्ही हातांच्या अंगठे व तर्जनीच्या 'लूप'मध्ये लाटणे अडकवा आणि ते पोळीवर वरच्यावर फिरवा. पोळी कडेकडेने लाटत राहा, मधला भाग आपोआप लाटला जातो. पोळी मधून लाटत राहिल्यास कडेला जाड राहते. पोळी सगळीकडून एकसारख्या जाडीची होण्यासाठी जाड बाजूवर लाटणे फिरवताना दुसऱ्या हाताने लाटण्याचे दुसरे टोक पोळीपासून किंचित वर उचलून धरा म्हणजे ती बाजू जास्त पातळ होणार नाही. मधूनमधून पोळपाट उचलून तो हलवून पोळी खाली चिकटलेली नाही ना ते पाहत राहा. पोळपाट हलवण्यामुळे पोळीखाली पिठीही हलत राहते, त्यामुळे पोळी खाली चिकटत नाही.

७) पोळी लाटून झाल्यावर तिच्यावर कोरा कागद (झेरॉक्स पेपर) ठेवून त्यावर उजव्या हाताचा पंजा पसरा. पोळपाट डाव्या हाताने उचलून व तो उलटून कागदासह पोळी उजव्या हातावर घ्या आणि पटकन कागदासह तव्यावर टाका. नंतर कागद वरच्यावर काढून घ्या. पोळी लाटण्यावर गुंडाळून ती तव्यावर हळूहळू सोडवत पसरता येते. पण, त्यामध्ये पोळी लाटण्यावर गुंडाळणे आणि तव्यावर सोडवणे यात वेळ जास्त जातो.

८) पोळी लाटायला घेतानाच गॅसवर तवा तापत ठेवा. पोळी तव्यावर टाकल्यावर गॅस मध्यम करा. तव्याचा दांडा धरून तवा हलवत पोळी तव्यावर फिरवत राहा. मधूनमधून उलथण्याने पोळीची कडा उचलून खालची बाजू भाजून झाली आहे की नाही ते पाहा. खालची बाजू सगळीकडून भाजून झाली की पोळी उलटा.

पुरणाची पोळी सारखीसारखी उलटता येत नाही. पोळी भाजली जात असताना पुरणातल्या ओलाव्यामुळे पोळी फुगते. फुगलेला वरचा पदर अतिशय पातळ आणि नाजूक असतो. पोळी उलटताना बऱ्याच वेळा हा पदर फाटतो आणि पोळीच्या बाहेर पडतो. असे होऊ नये म्हणून पोळीचा फुगा सुरीने हळूच टोचावा म्हणजे वाफ निघून जाऊन फुगा बसतो व पोळी नीट उलटता येते.

पोळी उलटण्यासाठी उलथणे तवा आणि पोळीच्या मधून पोळीच्या मध्याच्याही पुढेपर्यंत सरकवा आणि पोळी पटकन उलटा. पोळी बिचकत उचलण्याचा प्रयत्न केल्यास उलथणे

पोळीत घुसून पोळी फाटते. पोळीची उलटलेली बाजूही वरच्या बाजूप्रमाणेच तव्यावर फिरवून सगळीकडून भाजा. भाजून झाली की गॅस बारीक करून परत एकदा उलटा. उलथण्याने पोळीवर मध्यात वरच्यावर उभी रेघ मारा. तिथे पोळी दुमडून पोळीची घडी करा व ती उलथण्यावर उचलून घेऊन पसरलेल्या कागदावर टाका. उलथण्याने उचलणे जमत नसल्यास तव्याच्या खाली डाव्या हातावर कागद धरा व त्यावर तव्यावरची पोळी ओढून घ्या. नंतर ती पसरलेल्या कागदावर टाका. पोळ्या कागदावर एकेरी टाका. एकावर एक गड्डा टाकू नका.

तव्यावरची पोळी भाजण्याकडे लक्ष देतदेत ती भाजून होईपर्यंत पुढची पोळी लाटून तयार ठेवा. पहिली पोळी तव्यावरून काढली की लगेच पुढची पोळी तव्यावर टाका. अशा पद्धतीने सर्व पोळ्या करून, कागदावर एकेरी टाकून गार करा. नंतर डब्यात भरा.

टीप

१) पुरणपोळी हे कष्टाचे नाही; तर कौशल्याचे आणि थोडे किचकट काम आहे. वर दिल्याप्रमाणे क्रमवार आणि तंतोतंत क्रिया करत गेल्यास पुरणपोळी सहजपणे करता येईल.

२) पुरणपोळीचे पुरण फार घट्ट आणि कणीक अति सैल असू नये. पुरण फार घट्ट वाटल्यास पाण्याचा हात लावून थोडे नरम करावे. कणीक फार सैल झाल्यास त्यात थोडी कोरडी कणीक मळून हवी तितकी घट्ट करून घ्यावी.

३) पुरणपोळीला चांगला रंग येण्यासाठी पुरणाच्या डाळीत शिजताना थोडा पिवळा रंग किंवा हळद वापरतात. नुसत्या मैद्याच्या पोळ्या करताना रंगासाठी मैद्यातही भिजवताना किंचित पिवळा रंग मिसळतात.

४) पोळ्या डब्यात भरताना साधारण चार-पाच पोळ्यांनंतर बटर पेपर गोल कापून ठेवावा, त्यामुळे पोळ्यांना आधार मिळतो. पोळ्या एकावर एक सलग ठेवल्यामुळे वजनाने खालच्या पोळ्या मोडतात आणि नीट उचलता येत नाहीत.

पुरणाची तेलपोळी

साहित्य :

१) पुरणपोळीचे तयार पुरण (या पुरणात साखर व गूळ डाळीच्या दीडपट घ्यावे.)

२) २ वाट्या मैदा, अर्धी वाटी तेल, पाव चमचा मीठ, पाणी

कृती :

१) मैद्यात मीठ व तेल मिसळून पाण्याने सैलसर भिजवा. अर्धा तास झाकून ठेवा.

२) लहान सारख्या आकाराच्या पिठाच्या दोन आणि पुरणाची एक लाटी करा. पिठाच्या लाट्यांच्या मध्ये पुरणाची लाटी भरून कडेने घट्ट बंद करा. (साध्या पुरणपोळीप्रमाणेही उंडा बनवू शकता.)

३) पोळी लाटण्यासाठी तेलपोळीचा पत्रा किंवा धातूचा पोळपाट किंवा बटरपेपर वापरा. ज्यावर पोळी लाटणार त्याला सगळीकडून तेल लावा. त्यावर पुरण भरलेली लाटी ठेवून लाटण्याने एकदम पातळ पोळी लाटा. पत्रा किंवा बटरपेपर दिसेल इतकी पातळ पोळी व्हायला हवी. लाटताना सगळीकडून एकसारखी पातळ होण्यासाठी पत्रा किंवा पेपर फिरवत राहा. (पोळी फिरवता किंवा उलटता येत नाही.)

४) तापलेल्या तव्यावर पत्रा किंवा बटरपेपरसह पोळी टाका व पत्रा किंवा बटरपेपर हळूहळू पोळीपासून सोडवत वरच्यावर काढून घ्या. पोळी मध्यम आचेवर दोन्ही बाजूने सोनेरी रंगावर भाजा. भाजताना मध्ये एकदाच उलटा. तयार पोळी प्रथम कागदावर काढा. गार झाल्यावर डब्यात भरा.

टीप

गार झाल्यावर ही पोळी थोडी कोरडी, थोडी खुटखुटीत आणि तेलामुळे अतिशय खुशखुशीत होते. जास्त दिवस टिकते. त्यामुळे प्रवासात न्यायला उत्तम.

गूळपोळी

साहित्य :

गुळासाठी : १ वाटी गूळ, २ टे. स्पून भाजलेले बेसन, १ टे. स्पून भाजलेले तिळकूट, १ टे. स्पून भाजलेली खसखस पूड, १ टी स्पून जायफळ–वेलची पूड

पोळीसाठी : २ वाट्या कणीक, २ टे. स्पून मैदा, पाव चमचा मीठ, पाव वाटी तेल, पाणी

कृती :

१) गूळ बारीक किसणीने किसून त्यात भाजलेले बेसन, तिळकूट, खसखस, जायफळ–वेलची पूड मिसळा. मिक्सरमधून थोडेसे हळूहळू फिरवून गुळाचा मऊ गोळा करा.
मायक्रोवेव्ह पद्धत : काचेच्या भांड्यात गुळाचे खडे घ्या. त्यावर थोडे पाणी स्प्रे करून हायवर १ मिनिट देऊन गूळ पातळ होईपर्यंत मायक्रोवेव्ह करा. त्यात बेसन, तिळकूट, इतर सर्व साहित्य मिसळून जाड चमच्याच्या पाठीने गूळ दाबून गार करा. नंतर तेलाच्या किंवा तुपाच्या हाताने गोळा मळून मऊ करा.

२) कणीक, बेसन, मीठ एकत्र मिसळा. तेलात पाव वाटी पाणी घालून ब्लेंडरने किंवा मिक्सरम

धून पांढरट होईपर्यंत फेटा व ते पिठात मिसळा. नंतर लागेल तसे पाणी वापरून पीठ घट्ट भिजवा. अर्धा तास झाकून ठेवा. नंतर थोडे मळून घेऊन वापरा.

३) पोळ्या करायला घेण्यापूर्वी कणकेचा व गुळाचा सैलघट्टपणा तपासून पाहा. तो सारखा नसेल तर तो एकसारखा करून घ्या व नंतर पोळ्या करा.

तपासण्याची पद्धत खालीलप्रमाणे :

- कणकेच्या लहान बोराच्या आकाराच्या दोन व गुळाची तेवढ्याच आकाराची एक अशा तीन लाट्या करा. कणकेच्या लाट्यांमध्ये गुळाची लाटी ठेवून लाट्यांची ही चवड पोळपाटावर ठेवा. तळहाताने हळूहळू दाबा आणि निरीक्षण करा.
- कणकेच्या लाट्या आणि गूळ कडेपर्यंत सगळीकडे एकसारखा पसरला गेला असेल तर कणीक आणि गुळाचा सैलघट्टपणा ठीक आहे. पोळ्या करायला हरकत नाही.
- गूळ कडेपर्यंत न पसरता मध्ये राहिला व कणीक गुळाच्या बाहेर पसरली तर कणीक गुळापेक्षा सैल आहे. कणकेत थोडी कोरडी कणीक मळून घट्ट करा व पुन्हा वरीलप्रमाणे तपासून नंतर पोळ्या करा.
- गूळ कणकेच्या पारीतून बाहेर आला तर कणीक गुळापेक्षा घट्ट आहे. कणकेत थोडेथोडे पाणी शिंपडून पुन्हा मळून कणीक गुळाइतपत सैल करा. पुन्हा वरीलप्रमाणे तपासून पाहा व नंतर पोळ्या करा.
- गूळ सहसा पातळ होत नाही. उलट कोरडा असल्याने अति घट्ट होऊ शकतो. अशा वेळी अगदी पुसटशा दुधाच्या किंवा पाण्याच्या हाताने गूळ मळून मऊ करा.

टीप

पोळ्यांसाठी कणीक आणि गूळ दोन्ही घट्टच असावे. लाटायला सोपे जावे म्हणून दोन्ही सैल करून वापरल्यास पोळ्या खुटखुटीत व कोरड्या न होता मऊ पडतात आणि गार झाल्यावर भिजट होतात.

४) कणकेच्या लिंबाएवढ्या एकसारख्या आकाराच्या दोन व तेवढीच किंवा किंचित मोठी गुळाची एक लाटी करा. ती कणकेच्या दोन लाट्यांमध्ये बसवून कणीक कडेने सगळीकडून पुनःपुन्हा दाबून घट्ट बंद करा; नाहीतर लाटताना कड उकलून गूळ बाहेर येतो. पातळ पोळी लाटा. गूळ पोळीच्या कडेपर्यंत पसरायला हवा.

५) पोळी भाजण्यासाठी तवा शक्यतो नॉनस्टिकचाच वापरा. नॉनस्टिकवर पोळी फुटून गूळ बाहेर येत नाही. पोळी मध्यम आचेवर दोन्ही बाजूने सोनेरी रंगावर भाजा.
भाजलेल्या पोळ्या कोऱ्या कागदावर एकेरी पसरून ठेवा. पूर्ण गार झाल्यावर डब्यात भरा. गार झालेल्या पोळ्या कोरड्या व खुटखुटीत असतात आणि त्या तशाच राहतात. त्यांना पाणी सुटत नाही. त्यामुळे १०–१२ दिवस टिकू शकतात. प्रवासात न्यायला किंवा परगावी, परदेशात पाठवायला उत्तम.

टीप

१) कितीही अभ्यासपूर्वक, आणि वरील सर्व बारकावे लक्षात घेऊन गुळाची पोळी केली तरी ती पहिल्याच प्रयत्नात जमेल असे नाही. सर्व काळजी घेऊनही पोळीत गूळ कडेपर्यंत पसरला नाहीच; तर कडेचा गूळ नसलेला भाग 'पिझ्झाकटर'सारख्या साधनाने कापून बाजूला काढा व नंतर पोळी भाजा.
२) तयार केलेला गूळ झाकून शक्यतो दोन-तीन दिवस तसाच मुरत ठेवा. नंतर वापरा. गूळ मुरल्यामुळे मऊ होतो व पोळी नीट लाटता येते.

खवापोळी

साहित्य :

सारणासाठी : १ वाटी खवा, १ वाटी पिठीसाखर, १ टी स्पून वेलची पूड, २ टे. स्पून भाजलेला बारीक रवा.

पोळीसाठी : २ वाट्या कणीक, पाव वाटी मैदा, पाव चमचा मीठ, २ टे. स्पून तेल

कृती :

१) गॅसवर पॅनमध्ये खवा भरभर हलवत कोरडा होईपर्यंत परता. गार झाल्यावर त्यात पिठीसाखर व वेलची पूड मिसळा.
मायक्रोवेव्ह पद्धत : काचेच्या भांड्यात खवा घ्या. मायक्रोवेव्हमध्ये हाय पॉवरवर २ ते ३ मिनिटे (कोरडा होईपर्यंत) द्या. मध्ये १-१ मिनिटाने आतल्याआत हलवा. गार झाल्यावर त्यात पिठीसाखर व वेलची पूड मिसळा.
२) पोळीसाठीचे सर्व साहित्य एकत्र मिसळून पाण्याने साध्या पोळीच्या कणकेप्रमाणे भिजवा. अर्धा तास झाकून ठेवा.
३) लहान आकाराच्या पिठाच्या दोन व खव्याची एक लाटी करा. कणकेच्या लाटीत खव्याची लाटी भरून कडेने घट्ट बंद करा व पातळ पोळी लाटा.
४) नॉनस्टिक तव्यावर मध्यम आचेवर सोनेरी रंगावर भाजा व कागदावर काढा.

टीप

- खवा गॅसवर किंवा मायक्रोवेव्हमध्ये चांगला कोरडा होईपर्यंत भाजा. खव्यात भाजल्यानंतरही ओलसरपणा राहिल्यास साखर मिसळल्यावर सारणाला पाणी सुटते. त्यामुळे पोळी नीट लाटता येत नाही. त्यातूनही सारणाला पाणी सुटलेच, तर त्यात भाजलेला बारीक रवा मिसळा. कारण साखर मिसळलेला खवा पुन्हा गरम करता येत नाही.
- सारण आणि कणीक यांचा सैल-घट्टपणा तपासून पाहिला तर पोळी हमखास उत्तम होईल.

सांजापोळी

साहित्य :

सांज्यासाठी : १ वाटी बारीक रवा, २ टे. स्पून तूप, १ वाटी गूळ (चिरलेला), २ वाट्या पाणी, १ चमचा वेलची पूड

पोळीसाठी : २ वाट्या कणीक, पाव वाटी मैदा, पाव चमचा मीठ, २ टे. स्पून तेल, पाणी

कृती :

सांजा :

१) गॅसवर पॅनमध्ये तूप गरम करून त्यात रवा टाका व हलक्या सोनेरी रंगावर भाजा. फार खरपूस भाजू नका.

२) दुसऱ्या गॅसवर भांड्यात पाणी आणि गूळ घालून उकळी आणा. पाण्यात काडीकचरा असल्यास गूळ विरघळल्यावर पाणी गाळून घ्या व पुन्हा एक उकळी आणा.

३) उकळी आल्यानंतर गॅस बारीक करून त्यात भाजलेला रवा व वेलची पूड मिसळून रवा फुलेपर्यंत हलवत राहा. नंतर झाकून २ मिनिटांची एक वाफ द्या. गॅस बंद करा.

मायक्रोवेव्ह पद्धत :

१) काचेच्या भांड्यात रव्यात तूप टाकून हायवर २ मिनिटे मायक्रोवेव्ह करा. भांडे बाहेर काढून नीट हलवून तूप रव्यात सगळीकडे मिसळा. नंतर हायवर आणखी १–२ मिनिटे मायक्रोवेव्ह करून हलक्या सोनेरी रंगावर भाजा. मध्ये १–१ मिनिटाने हलवा. त्यावर वेलची पूड टाका.

२) त्याच वेळात गॅसवर वरीलप्रमाणे पाणी व गूळ एकत्र उकळून, गाळून ते उकळते पाणी भाजलेल्या रव्यावर ओता व रवा फुलेपर्यंत हलवा. नंतर त्यावर पाणी शिंपडून, झाकून हायवर आणखी २ मिनिटे द्या व ८–१० मिनिटे भांडे आतच ठेवा.

३) कणीक, मैदा, मीठ, तेल एकत्र मिसळून पाण्याने साध्या पोळीच्या कणकेप्रमाणे भिजवा. अर्धा तास झाकून ठेवा. नंतर तेलाच्या हाताने मळून पोळी करण्यासाठी वापरा. सांज्याचा आणि कणकेचा सैलघट्टपणा सारखा असेल याची काळजी घ्या.

४) कणकेची लिंबाएवढी गोळी घेऊन त्याची बोटांनी दाबून खोलगट वाटी करा. त्यात कणकेच्या दुप्पट ते तिप्पट सांज्याचा गोळा भरून उंडा बंद करा. हलक्या हाताने पोळी लाटा. (पोळी फार पातळ किंवा फार जाड लाटू नका.)

५) तापलेल्या तव्यावर पोळी टाकून मध्यम आचेवर दोन्ही बाजूने सोनेरी रंगावर भाजा. भाजून झाल्यावर कागदावर एकेरी पसरून ठेवा. गार झाल्यावर डब्यात भरा.

टीप

१) सांज्यामध्ये नुसत्या गुळाऐवजी निम्मा गूळ व निम्मी साखर वापरू शकता. साखरेची गोडी आणि गुळाचा खरपूस खमंगपणा यामुळे पोळी अधिक स्वादिष्ट होते.
२) सांज्यात साध्या रव्याऐवजी गव्हाचा बारीक केशरी रवा वापरावा.

शिऱ्याची पोळी

वरील पोळीत गुळाच्या सांज्याऐवजी साखरेचा शिरा वापरा; तसेच शिऱ्यात वेलची पूडबरोबर केशरही घाला. हा शिरा पोळीत भरायचा असल्याने जरा जास्त गोड करा.

ओल्या नारळाची पोळी

साहित्य :
सारणासाठी : २ वाट्या खोवलेला नारळ, २ वाट्या पिठीसाखर, १ चमचा वेलची पूड, पाव चमचा केशर (ऐच्छिक)
पोळीसाठी : दीड वाटी कणीक, अर्धी वाटी मैदा, पाव चमचा मीठ, पाव वाटी तेल.

कृती :
१) कणीक, मैदा, मीठ व तेल एकत्र मिसळून साध्या पोळीच्या पिठाप्रमाणे भिजवा. थोडी मळून अर्धा तास झाकून ठेवा.
२) **सारण :** नॉनस्टिक पॅनमध्ये साखर व खोबरं एकत्र मिसळून गोळा होईपर्यंत शिजवा. नंतर त्यात वेलची पूड व केशर मिसळा. हलवत हलवत गार करा. कोरडे झाल्यावर मिक्सरमधून थोडे फिरवा.

सारणाची मायक्रोवेव्ह पद्धत :

काचेच्या मायक्रोवेव्ह सेफ भांड्यात साखर, खोबरं एकत्र मिसळा. मिश्रण साधारण कोरडे होईपर्यंत म्हणजेच गोळा होईपर्यंत ४–५ मिनिटे मायक्रोवेव्ह करा. मध्ये प्रथम २ मिनिटाने व नंतर १–१ मिनिटाने हलवा. बाहेर काढून केशर–वेलची पूड मिसळा. गार झाल्यावर मिक्सरमधून थोडे फिरवून मऊ करा.

तुपाच्या हाताने मिश्रण मऊ होईपर्यंत मळून त्याचे लिंबाच्या आकाराचे गोळे बनवून ठेवा.

३) खोबऱ्याच्या गोळीएवढ्या आकाराचे कणकेचे दोन लहान गोळे घ्या. त्यांच्या मध्ये सारणाची गोळी भरून कणीक कडेने घट्ट बंद करून पातळ पोळी लाटा.

४) लाटलेली पोळी नॉनस्टिक तव्यावर मध्यम आचेवर दोन्ही बाजूने सोनेरी रंगावर भाजा. भाजलेली पोळी कागदावर काढा. पूर्ण गार झाल्यावर डब्यात भरा.

बेळगावी मांडे

साहित्य :

सारणासाठी : १ वाटी पिठीसाखर, ३ टे. स्पून साजूक तूप, २ टे. स्पून भाजलेली खसखस पूड, अर्धा टी स्पून वेलची पूड, पाव टी स्पून जायफळ पूड

पारीसाठी : २ वाट्या मैदा, अर्धी वाटी तेल, पाव चमचा मीठ, अर्धी वाटी दूध, पाणी

कृती :

१) पारीसाठीचे साहित्य एकत्र करून, लागेल तसे पाणी वापरून सैलसर भिजवून अर्धा तास झाकून ठेवा. नंतर पीठ मळून त्याचे एकसारख्या आकाराचे आठ गोळे करून झाकून ठेवा.

२) सारणासाठी तूपसाखर एकत्र फेटा. साखरेची गोळी पारीत सारणाप्रमाणे भरता येईल एवढेच तूप वापरा. त्यात खसखस, वेलची, जायफळ पूड मिसळून सारणाच्याही आठ गोळ्या करून ठेवा.

३) पिठाच्या एका गोळ्याचे दोन सारखे भाग करून त्यांच्या हाताने दाबून दोन सारख्या आकाराच्या चपट्या पाऱ्या करा. सारणाची एक गोळी दोन पाऱ्यांच्या मध्ये बसवा व पाऱ्या कडेने घट्ट बंद करून उंडा बनवा.

मोठ्या पोळपाटावर किंवा परातीच्या पाठीवर किंवा स्वच्छ ओट्यावर थोडा कोरडा मैदा पसरा. तयार उंडा कोरड्या मैद्यात बुडवून पसरलेल्या पिठावर शक्य तितका पातळ लाटा. लाटलेली पोळी पालथ्या हातांवर घेऊन पालथ्याच मुठींनी कडेकडेने लांबवत गोल फिरवत राहा म्हणजे कढईप्रमाणे खोलगट आकाराची मोठी आणि एकदम पातळ पोळी तयार होईल. ही पोळी म्हणजेच मांडा.

४) मांडा लाटायला घेतानाच गॅसवर ॲल्युमिनिअमची किंवा हिंदालिअमची मोठी कढई पालथी तापत ठेवा. कढई कमी उंचीची असल्यास गॅसवर (तव्याखाली ठेवायचा) लहानसा तवा (याला 'जाळणी' असेही म्हणतात.) ठेवा म्हणजे कढई मध्यात खूप तापणार नाही. आता हातावरचा मांडा अलगदपणे कढईवर समोरच्या बाजूकडून सुरू करून मागच्या बाजूपर्यंत टाकत जा. मध्ये घड्या पडू देऊ नका. गॅस मध्यम करून मांडा उलथण्याने कडेने थोडा उचलून खालची बाजू भाजून झाली आहे की नाही ते पाहा. मांडा सगळीकडून भाजून झाल्यावर कढईवर सरकतो. तो दोन्ही हातांनी पकडून पटकन उलटून टाका. उलटलेली बाजूही सगळीकडून भाजून झाली की कढईवरच मांड्याच्या समोरासमोरच्या बाजू मध्यापर्यंत दुमडून चौकोनी घडी करा. ही घडी पुन्हा एकदा मध्यात दुमडून आयताकृती आकाराची घडी करा व कागदावर काढून घ्या. सर्व मांडे गार झाल्यावर डब्यात भरा.

टीप

मांडे भाजायला पारंपरिक पद्धतीत मातीचा माठ वापरतात. पण, कढईच्या पाठीवरही ते उत्तम भाजता येतात.

साखरपोळी

पोळी हातांवर घेऊन अधांतरी लांबवत मांडा करणे हे कौशल्याचे काम आहे. त्याऐवजी मोठ्या पोळपाटावर किंवा ओट्यावरच एकदम पातळ पोळी लाटा आणि शक्य तितक्या सपाट नॉनस्टिक तव्यावर पोळी दोन्ही बाजूने हलक्या सोनेरी रंगावर भाजा. गरम असतानाच हवी तशी घडी करून कागदावर ठेवा. गार झाल्यावर डब्यात भरा. हिला मांडा न म्हणता पोळी म्हणा.

टीप

मांडा किंवा साखरपोळी गार झाल्यावर कडक आणि खुसखुशीत होते. कोरडी असल्यामुळे खूप दिवस (१२-१५ दिवस) टिकते. प्रवासात न्यायला उत्तम.

खानदेशी मांडे

खानदेशी मांडे बेळगावी मांड्यांप्रमाणेच असतात. फक्त त्यात तूपसाखरेच्या सारणाऐवजी पुरणपोळीचे म्हणजे हरभरा डाळीचे पुरण वापरतात. यांना जळगावी मांडेही म्हणतात.

मांड्यांसाठी पुरणात गूळ किंवा साखर नेहमीपेक्षा जास्त म्हणजे दुप्पट प्रमाणात वापरावी. पुरणपोळीच्या पुरणात १ वाटी डाळीसाठी एक वाटी गूळ किंवा साखर वापरली जाते. पुरणपोळीत पिठाच्या दुप्पट–तिप्पट पुरण असते. त्यामुळे या पुरणाची पोळी पुरेशी गोड होते. मांड्यामध्ये मात्र पिठाच्या म्हणजे पारीच्या निम्मेच पुरण असते. त्यामुळे मांडा गोड होण्यासाठी पुरण करताना त्यात १ वाटी डाळीसाठी २ वाट्या साखर किंवा गूळ वापरावा.

उसाच्या रसाची पोळी

साहित्य :

२ वाट्या उसाचा रस, २ वाट्या कणीक, २ टे. स्पून तेल, पाव चमचा मीठ

कृती :

१) उसाचा रस अर्धा (१ वाटी) होईपर्यंत आटवा. गार झाल्यावर त्यात तेल, मीठ घालून मावेल एवढी कणीक भिजवा. लगेचच पोळ्या लाटा.

२) भाजताना तव्यावरच पोळीवर दोन्ही बाजूने तेल सोडून मध्यम आचेवर सोनेरी रंगावर भाजा. गार झाल्यावर डब्यात भरा.

टीप

पोळीसाठी उसाचा बिन बर्फाचा, बिना आले–लिंबाचा शुद्ध रस वापरा.

लाल भोपळ्याची पोळी

साहित्य :

२ वाट्या लाल भोपळ्याचा कीस, १ वाटी बारीक चिरलेला गूळ, १ टे. स्पून तेल, २ वाट्या कणीक (अंदाजे), अर्धी वाटी तांदूळ पिठी, पाव टी स्पून मीठ

कृती :

१) भोपळ्याचा कीस, गूळ, तेल एकत्र मिसळून गॅसवर त्यातील पाणी थोडे कमी होईपर्यंत शिजवा. (मायक्रोवेव्हमध्ये काचेच्या भांड्यात मिश्रण घेऊन हाय पॉवरवर ३–४ मिनिटे शिजवा.) गार झाल्यावर त्यात निम्मी कणीक, तांदूळ पिठी व मीठ मिसळा. उरलेली कणीक लागेल तशी वापरून पीठ घारग्याच्या पिठाप्रमाणे भिजवा. त्यात मावेल एवढेच पीठ वापरा. भिजवायला वेगळे पाणी वापरू नका.

२) पिठाचे चार–पाच गोळे करा. एकेक गोळा घेऊन मध्यम जाडीची पोळी लाटा. तव्यावर टाकून त्यावर दोन्ही बाजूला चमच्याने तेल लावून मध्यम आचेवर सोनेरी रंगावर भाजा.

३) गरम किंवा गार पोळी साजूक तूप किंवा लोण्याबरोबर सर्व्ह करा.

टीप

याच पिठाची मोठी मध्यम जाडीची पोळी लाटून वाटीने पुऱ्या कापा व दोन्ही बाजूने तेल सोडून तव्यावर मध्यम आचेवर भाजा. 'न तळलेले घारगे' किंवा 'भोपळ्याच्या पुऱ्या' तयार! (घारगे तेलात तळूही शकता.)

रुचिपालट

याच पद्धतीने लाल भोपळ्याऐवजी दुधी भोपळा, कोहळा किंवा गाजराचा कीस वापरून त्या–त्या प्रकारच्या गोड पोळ्या उत्तम होतात. दुधी, गाजर, कोहळा यामध्ये गुळाऐवजी साखर व थोडा खवाही वापरावा व वेलची पूड भरपूर घालावी.

केळ्याची पोळी

साहित्य :

पोळीसाठी भिजवलेली कणीक, तेल किंवा तूप, पिकलेले केळे, पिठीसाखर

कृती :

१) केळ्याचे अगदी पातळ काप करून ठेवा.

२) प्रथम कणकेच्या दोन लाट्या घेऊन सारख्या आकाराच्या जाड पुऱ्या लाटा. त्यावर तेल लावा. कोरडे पीठ पसरा. तेलाची बाजू एकमेकींवर ठेवून जोडपोळी लाटा.

३) पोळी तव्यावर मध्यम आचेवर दोन्ही बाजूने भाजा. पूर्ण फुगल्यावर तव्यावरून काढून घ्या. गॅस बारीक करून ठेवा. पोळी पोळपाटावर उभी धरून मनगटाने हळूच दाबून वाफ काढून टाका. दोन्ही पोळ्या सोडवून सुट्या करा.

४) एका पोळीच्या बाहेरच्या पूर्ण भाजलेल्या बाजूवर केळ्याचे काप एकेरी पसरा, त्यावर सगळीकडे पिठीसाखर पसरा, त्यावर दुसऱ्या पोळीची बाहेरची पूर्ण भाजलेली बाजू हाताने दाबून बसवा. नंतर लाटण्याने थोडी लाटा.

५) पोळी तव्यावर टाकून त्यावर तेल किंवा तूप दोन्ही बाजूने सोडून सोनेरी रंगावर भाजा. तयार पोळी वायर रॅकवर ठेवा. गार झाल्यावर डब्यात भरा.
पिझ्झाकटरने सहा त्रिकोणी तुकडे करून सर्व्ह करा.

टीप

१) काही तयार सारणे ओलसर किंवा चिकट असल्याने ती भरून पोळी लाटता येत नाही. लाटताना पीठ सारणाच्या ओलेपणामुळे फाटते. अशा वेळी या पद्धतीने पोळी करावी.

२) या पोळ्यांसाठी तयार पोळ्याही वापरू शकता.

३) पिठीसाखरेऐवजी थोडे कॅरॅमल सिरप केळ्याच्या कापांवर टाका. पोळी वेगळ्या स्वादाची होते.

केळ्याची पोळी : प्रकार २

जास्त पिकलेले केळे कुस्करून त्यात थोडी पिठीसाखर, चिमूटभर मीठ व २ चमचे तेल मिसळा. त्यात मावेल एवढी कणीक मिसळून भोपळ्याच्या पोळीप्रमाणे पोळी करा.

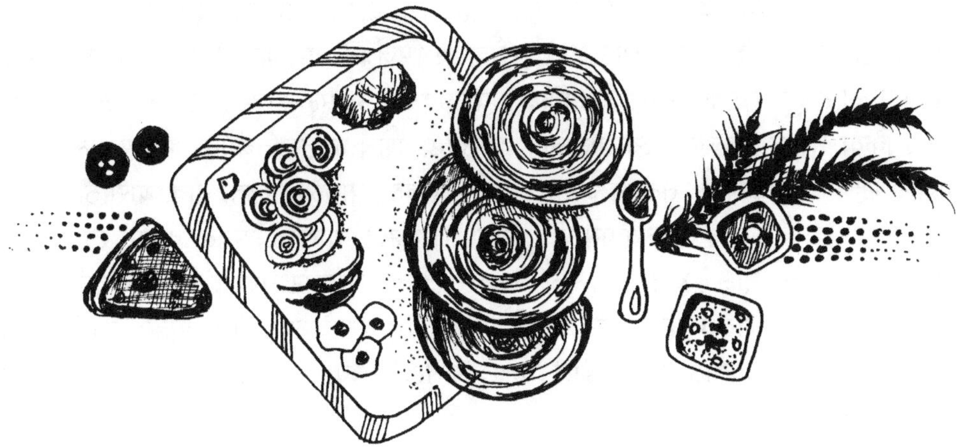

पराठा

पराठा हे पोळीचेच भावंड; किंबहुना पोळीचाच भाऊ उत्तरेकडून आलेला असल्यामुळे आपल्या तेथील बांधवांप्रमाणेच जास्त दमदार आणि पौष्टिक. पोळी कशी नाजूक, पातळ, मऊसूत तर पराठा नावापासूनच भारदस्त, थोडा कडक, दिसायला ओबडधोबड; पण खायला खुसखुशीत, चवीला चटपटीत आणि पौष्टिक.

'पराठा' हा शब्द 'परत' + 'आटा' असा बनला आहे. परत म्हणजे चळत किंवा चवड, आटा म्हणजे पीठ. पिठाच्या लाटलेल्या पोळीच्या घड्या करून किंवा तुकडे कापून, ते एकावर एक ठेवून त्यांची चळत किंवा ढीग तयार करून तो लाटून तयार केलेली जाड पोळी म्हणजे पराठा. भारताबरोबरच पाकिस्तान, बांगला देश, ब्रह्मदेश, मॉरिशस, सिलोन इतकेच काय सिंगापूर, मलेशिया इत्यादी आपल्या शेजारी आणि जवळच्या राष्ट्रांमध्येही पराठा लोकप्रिय आहे. त्याची नावे मात्र वेगवेगळी आहेत. ब्रह्मदेशात पराठ्याला 'पलाटा' म्हणतात; तर मॉरिशस, मालदीवमध्ये 'फराटा' म्हणतात. सिंगापूरचा 'रोटी प्राटा' किंवा मलेशियातील 'रोटी चनई' हेही भरपूर 'लच्छे' म्हणजे पापुद्रे असणारे पराठेच असतात.

पुराणकाळातही पराठ्यांचा उल्लेख आढळतो. पूर्वी यज्ञात अग्नीला हवन म्हणून विशिष्ट प्रकारचे पराठे अर्पण केले जायचे. मसुराचे पीठ आणि भाज्यांचे सारण बनवून ते कणकेच्या पारीत भरून हा हवनाचा पराठा केला जात असे. त्याला 'पुरोधाशम्' (Pu-ro-dhaa-sham) म्हणत असत. अग्नीला हवन अर्पण करण्याची प्रथा आजही चालूच आहे असे वाटते. होळीपौर्णिमेला रात्री पेटलेल्या होळीत अग्नीला 'पुरणपोळी' नैवेद्य म्हणून अर्पण केली जाते. हा हवनाचाच प्रकार असावा.

पराठा हा उत्तरेकडचा; तर परोठा-परोटा हा पराठ्यासारखाच दक्षिणेकडील पदार्थ. हल्ली परोठ्यालाही पराठा म्हणून संबोधले जाते. परोठा हा भिजवलेल्या पिठाची कागदासारखी अगदी पातळ पोळी लाटून त्यावर भरपूर तेल किंवा तूप लावून उलटसुलट दुमडून त्याच्या लहानलहान घड्या किंवा 'निऱ्या' करून, त्या गुंडाळून पराठ्याप्रमाणेच लाटून तव्यावर भरपूर तेल सोडून भाजला म्हणजे जवळजवळ तळला जातो. तो हवा तितका पातळ लाटता यावा यासाठी मैद्याचा आणि भरपूर पापुद्रे सुटून तळल्याप्रमाणे खुसखुशीत व्हावा, यासाठी सढळ हाताने तेलातुपाचा वापर केला जातो. दक्षिणेकडील 'केरला पराठा' किंवा 'मलबार पराठा' याच पद्धतीने केले जातात. केवळ दक्षिणेतच नव्हे, तर संपूर्ण भारतात हे पराठे लोकप्रिय आहेत आणि त्याच नावाने ते ओळखले जातात. उत्तरेकडील 'लच्छा पराठा' किंवा 'मोगलाई पराठा' अशाच प्रकारे केलेला असतो.

नुसते अनेक पदर किंवा पापुद्रे असलेली जाडसर पोळी म्हणजे पराठा. त्याचप्रमाणे कुठलेतरी चटपटीत सारण भरून केलेली जाडसर पोळी म्हणजेही पराठा. सारण भरून केलेला पराठा 'स्टफ्ड पराठा' म्हणून संबोधला जातो. उत्तर भारतात पराठा नाश्त्यामध्ये वापरण्याची जास्त प्रथा आहे. हॉटेलमध्ये मुख्य जेवणातही पराठा असतो. नुसत्या पिठाचे साधे पराठे चटणी, सॉस, जॅम, सॅलड तसेच ग्रेव्हीतल्या भाज्यांबरोबर खाल्ले जातात. 'स्टफ्ड' म्हणजेच सारण भरून केलेले पराठे नुसत्या दह्याबरोबरही चांगले लागतात. सारणामुळे या पराठ्यांना चवीसाठी वेगळे तोंडीलावणे नसले तरी चालते. पराठ्याच्या सारणात भाज्यांबरोबर डाळी, कडधान्ये वापरल्यास पराठा अधिक पौष्टिक आणि 'वन डिश मील' होऊ शकतो.

बहुतेक हॉटेल्स किंवा 'पराठा हाऊस'मध्ये मिळणारे पराठे सहसा मैद्याचे किंवा आट्याचे असतात. बऱ्याच ठिकाणी आणि बऱ्याच वेळा ते भाजताना तव्यावर तेल अक्षरश: ओतून (तळल्याप्रमाणे) भाजलेले असतात. काही पराठे आकाराने खूप मोठे आणि जाड असतात. असा पराठा वरून भाजलेला वाटतो; पण जाडीमुळे पराठ्याची आतील बाजू कच्चीच असते. खाताना कच्चेपणा जाणवतो. असे पराठा पचायला जड आणि प्रसंगी तब्येत बिघडायलाही कारणीभूत ठरतात. थोडक्यात, मूळचा अत्यंत 'हेल्दी' असणारा पदार्थ आपल्यासमोर अत्यंत 'अनहेल्दी' स्वरूपात येतो.

पराठे घरी बनवल्यास या सर्व उणिवा किंवा दोष नाहीसे करता येतात. पोळीपेक्षा पराठा करायला खूपच सोपा आणि झटपट होणारा, पोटभरीचा असतो. त्यासाठी फारशा कौशल्याची गरज नसते. शिवाय भाजी आणि पोळी अशी दोन कामे एकाच वेळात होतात. हात फारसे खरकटे न होता खायलाही सुटसुटीत वाटतात. मुलांच्या शाळेच्या डब्यासाठी तर पराठा म्हणजे वरदानच! एक वेळ भाजी-पोळी डब्यातून परत येईल; पण पराठ्याचा मात्र फन्ना उडेल.

पराठे पौष्टिक आणि आरोग्यदायक बनवण्यासाठी पंचसूत्री

१) पराठे पूर्ण कणकेचे बनवावेत किंवा अगदी थोड्या प्रमाणात (१ वाटी कणकेत २ टी स्पून) मैदा मिसळावा. तसेच कणकेत सोया, मूग, उडीद, मसूर, हरभरा यांपैकी घरात असतील ती पिठे थोड्या प्रमाणात (१ वाटी कणकेत १ टे. स्पून) मिसळावीत.

२) तेलतूप कमी प्रमाणात वापरावे. भाजताना पराठ्याला दोन्ही बाजूने थोडेसे लावावे. पराठा वरून न करपता आतपर्यंत नीट भाजला जावा यासाठी तव्यावरच तेल लावून भाजावा लागतो. पण त्यासाठी थोडेसे तेलही पुरेसे असते. डावाने ओतण्याची गरज नसते.

३) सारणात भाज्या, सॅलड्स, मोडाची किंवा भिजवलेली कडधान्ये वापरावीत. तसेच त्यात पनीर, चीज, सोया नगेट्स, मूगवड्या इत्यादींचाही वापर करावा.

४) पराठ्यामध्ये कणकेच्या पारीपेक्षा सारण जास्त प्रमाणात भरावे. त्यामुळे भाज्या, सॅलड्स जास्त खाल्ली जातात. कणीक कमी वापरल्याने पराठ्याचे आवरण पातळ होते व ते व्यवस्थित भाजले जाते, आतून कच्चे राहत नाही.

५) सारणासाठी नेहमीसारखी फोडणी वापरून साधी, कोरडी भाजी न करता सध्या बच्चे कंपनीस आवडणारे वेगवेगळे सॉस, मेयोनीज, हर्ब्ज, बटर, पनीर, चीज इत्यादी गोष्टींचा वापर करून भाज्यांची चव आणि स्वरूप दोन्ही आकर्षक करावे.

पराठ्यांचे प्रकार

पराठे मुख्यत: दोन प्रकारात विभागले जातात : (१) साधे पराठे (२) स्टफ्ड पराठे

साधे पराठे : कणकेच्या पारीत कोणतेही सारण न भरता नुसते लाटून व घड्या करून पुन्हा लाटून साधे पराठे करतात. घड्यांमुळे या पराठ्यांना भरपूर पापुद्रे सुटतात व पराठे खुसखुशीत होतात. घड्यांच्या आकार आणि प्रकारानुसार पराठे वेगवेगळ्या नावाने ओळखले जातात.

साधे म्हणजे नुसत्या पिठाचे पराठे साधारणपणे जेवणात पंजाबी स्टाईल ग्रेव्हीतल्या भाज्या किंवा नॉनव्हेजबरोबर घेतले जातात.

स्टफ्ड पराठे : कणकेच्या पारीत व्हेज–नॉनव्हेज स्टफिंग भरून स्टफ्ड पराठे केले जातात. मुख्य जेवणात किंवा नाश्ता किंवा डब्यात देण्यासाठी स्टफ्ड पराठे जास्त उपयोगी पडतात.

स्टफ्ड पराठे

यामध्ये कणकेच्या पारीत एखादे कच्चे किंवा शिजवलेले सारण म्हणजेच स्टफिंग करून पराठे लाटले जातात. हे खालीलप्रमाणे निरनिराळ्या प्रकारात करता येतात :

- झटपट पराठे
- स्टफिंगमध्ये पीठ भिजवून करायचे पराठे
- कच्च्या स्टफिंगचे पराठे
- शिजवलेल्या स्टफिंगचे भरून केलेले पराठे
- कडधान्यांचे पराठे
- रुमाली पराठे

झटपट पराठे

मेतकूट, लसूण–कारळे, तीळ इत्यादी कोरड्या चटण्या किंवा पनीर, तोफू , चीज यापैकी जे घरात तयार असेल ते स्टफिंग वापरून झटपट पराठे बनवावेत. चटण्या किंवा चीज–पनीर कोरडेच असल्याने ते स्टफ करून हा पराठा नीट लाटता येत नाही. सारण मधेच फिरत राहते. कडेपर्यंत नीट पसरत नाही. हा पराठा पुढीलप्रमाणे लाटावा. याला 'कॉईन' पराठा म्हणतात.

पिठाची मोठी पोळी लाटून त्यावर स्टफिंग कडेपर्यंत सगळीकडे पसरावे. पोळी एका बाजूने गुंडाळत दोरीसारखा लांब रोल करावा. हा रोल चकलीप्रमाणे एका टोकाभोवती गुंडाळून 'कॉईन' म्हणजे नाण्याच्या आकाराचा उंडा करावा.

भाजताना तव्यावरच पराठ्यावर ब्रशने दोन्ही बाजूने तेल लावून मंद आचेवर भाजावा. मोठ्या गॅसवर आतील चटण्या कोरड्या असल्याने जळू शकतात.

हे पराठेही दोन–तीन दिवस टिकतात, त्यामुळे प्रवासात, डब्यात न्यायला उत्तम.

हे पराठे कोरडे असल्याने त्याच्याबरोबर दही किंवा दह्यातील सॅलड अवश्य द्यावे.

स्टफिंगमध्ये पीठ भिजवून करायचे पराठे

या प्रकारात भाज्या– शक्यतो पालेभाज्या– बारीक चिरून त्यात मीठ, तिखट मिसळून भाजीतच पीठ भिजवावे. पीठ भिजवण्यासाठी वेगळे पाणी वापरू नये. तिखटमिठामुळे भाजीला पाणी सुटते. त्यात मावेल एवढेच पीठ वापरल्यामुळे या प्रकारच्या पराठ्यात भाजीचे प्रमाण जास्त राहते. त्यामुळे पराठा अधिक पौष्टिक आणि आरोग्यदायक बनतो. भाजी आणि पोळी– यापेक्षा या स्वरूपातली 'भाजीपोळी' आवडीने खाल्ली जाते.

कच्च्या भाज्यांऐवजी त्या तेलात किंवा फोडणीत थोड्या परतून घेऊन त्यात पीठ भिजवून पराठे केल्यास ते अधिक स्वादिष्ट व खमंग होतात.

कच्च्या भाज्यांमध्ये पीठ भिजवल्यावर लगेचच पराठे करावेत. फार वेळ थांबल्यास भाजीला आणखी पाणी सुटून पीठ सैल पडते. या पराठ्याच्या पिठातच स्टफिंग असल्यामुळे आणखी काही स्टफ करण्याचा प्रश्नच नसतो. पिठाचा हवा त्या आकाराचा गोळा घेऊन नुसताच गोल आकाराचा, पोळीपेक्षा किंचित जाड पराठा लाटावा.

भाजताना तव्यावरच पराठ्याला दोन्ही बाजूने ब्रशने थोडेसे तेल लावून भाजावा. तेलामुळे पराठा बाहेरून न करपता आतपर्यंत व्यवस्थित भाजला जातो व खुसखुशीतही होतो.

पराठा लाटून होत आल्यावर त्यावर थोडे तीळ पसरून पुन्हा थोडे लाटल्यास तिळामुळे जास्त खमंग होतो. कोरड्या स्टफिंगमुळे हे पराठे दोन–तीन दिवस टिकतात. त्यामुळे प्रवासात न्यायलाही उत्तम.

कच्च्या स्टफिंगचे पराठे

या प्रकारच्या पराठ्यांमध्ये भाज्या कच्च्या स्वरूपात स्टफिंग म्हणून वापराव्यात. त्यासाठी भाज्या बारीक चिरून किंवा किसून घ्याव्यात. किसल्यामुळे त्यात ओलेपणा जास्त असतो.

शिवाय त्यात तिखट, मीठ घातले की आणखीनच पाणी सुटते. असे पाणीदार स्टफिंग भरून पराठा नीट लाटता येत नाही. विशिष्ट पद्धतीने आणि काही युक्त्या वापरून हे पराठे सहज लाटता येतात.

करायला सोपे आणि झटपट, दिसायला देखणे, चवीला स्वादिष्ट, आरोग्यदायक आणि पौष्टिक, 'टू इन वन' असे हे पराठे 'वन डिश मिल' म्हणून उपयोगी पडतात. गरम किंवा गार दोन्ही स्वरूपात चांगले लागतात.

या प्रकारचे पराठे करताना खालील गोष्टी लक्षात घ्या :

१) कणकेला तार येण्यासाठी भिजवताना कणकेत थोडा मैदा आणि पौष्टिकपणासाठी सोया, उडीद, मूग इत्यादी मिश्रपिठे थोड्या प्रमाणात वापरावीत.

२) ज्या भाज्या कच्च्या स्वरूपात– सॅलड किंवा कोशिंबिरीप्रमाणे– खाता येतात त्याच भाज्या वापरा. उदाहरणार्थ, कोबी, फ्लॉवर, गाजर, मुळा, पालक, मेथी इत्यादी.
ज्या भाज्या कच्च्या किंवा अर्धवट शिजलेल्या स्वरूपात खाल्ल्या जात नाहीत (उदाहरणार्थ, दुधी, दोडका इत्यादी), त्या आधी थोड्या शिजवून घेऊन मगच वापराव्यात.

३) भाज्या बारीक चिरून वापराव्यात, त्यामुळे भाजीला पाणी कमी सुटते. भाज्या पिळून पाणी फेकून देऊ नये. त्यामुळे भाज्या नि:सत्त्व आणि बेचव होतात. पाणी जास्त सुटल्यास थोडे पिळून घ्यावे. गरजेनुसार ते पाणी कणीक भिजवायला वापरावे.

४) भाजीत तिखट, मीठ घालून स्टफिंग तयार झाल्यावर लगेचच पराठे करावेत. जास्त वेळ थांबल्यास स्टफिंगमध्ये जास्त पाणी सुटत जाते.

५) स्टफिंगचा ओलेपणा कमी करण्याचा सोपा आणि झटपट मार्ग : स्टफिंगमध्ये ब्रेड क्रम्स किंवा पोह्याचा मिक्सरमधून केलेला चुरा मिसळावा. आणि पौष्टिक मार्ग : भिजवलेली एखादी डाळ किंवा कडधान्य पाणी न घालता गॅसवर पॅनमध्ये किंवा मायक्रोवेव्हमध्ये थोडे शिजवून, गार करून मिक्सरमधून रवाळ वाटावे व ते स्टफिंगमध्ये मिसळावे. ओट्सचाही वापर करू शकता.

६) हे स्टफिंग कणकेत पुरणाप्रमाणे भरून पराठा नीट लाटता येत नाही. तो पुढीलप्रमाणे लाटावा. याला 'लिफाफा' किंवा 'पाकीट' पराठा म्हणतात.
कणकेच्या गोळ्याची मोठी पोळी लाटावी. लाटताना शक्यतो मध्ये जाड ठेवावी आणि कडेने पातळ लाटावी. मधल्या जाड भागावर चौकोनी आकारात स्टफिंग पसरावे. बाजूची पोळी त्यावर ओव्हरलॅप होईल अशा बेताने उभीआडवी दुमडून चौकोनी आकाराची घडी करावी. स्टफिंग पूर्णपणे झाकले जाईल याची खबरदारी घ्यावी. नंतर वरून कोरडी कणीक लावून हलक्या हाताने पराठा थोडासा लाटावा.

७) पराठा प्रथम दोन्ही बाजूने किंचित भाजून घ्यावा. नंतर त्यावर दोन्ही बाजूने चमच्याने तेल पसरावे व मध्यम आचेवर सोनेरी रंगावर भाजावा. त्यामुळे पराठ्यातली भाजी छान वाफवली जाते.

शिजवलेल्या स्टफिंगचे भरून करायचे पराठे

ज्या शिजवलेल्या स्टफिंगचा पुरणाप्रमाणे मऊ गोळा होऊ शकतो, ते स्टफिंग कणकेच्या पारीत पुरणाप्रमाणे भरून उंडा करावा व हलक्या हाताने पोळीपेक्षा थोडा जाड लाटावा. पराठा लाटण्यापूर्वी कणीक आणि स्टफिंगचा सैलघट्टपणा सारखा आहे ना, ते तपासून पाहावे. दोन्हीही फार घट्ट किंवा फार सैल नसावे.

शिजवलेले स्टफिंग हातांनी कुस्करून न घेता किसून घ्यावे म्हणजे त्यात गाठी किंवा भाज्यांचे तुकडे येत नाहीत, त्यामुळे पराठा लाटताना फाटत नाही.

स्टफिंग जास्त ओलसर असल्यास लाटताना ते कणकेतून बाहेर येते, पोळपाटाला चिकटते व पराठा लाटताच येत नाही. अशा वेळी तयार स्टफिंग थोडे परतून घ्यावे किंवा थोडा वेळ मायक्रोवेव्ह करून घ्यावे. त्यामुळे त्यातला पाण्याचा अंश कमी होऊन स्टफिंग थोडेफार कोरडे होते व पराठा लाटायला सोपा जाते. आलू पराठ्याच्याबाबतीत असा अनुभव हमखास येतो.

त्यातूनही सारण पुरेसे कोरडे झाले नाहीच, तर स्टफिंगमध्ये लागेल तेवढी कोरडी कणीक मळून पराठे बनवावेत. असे पराठेही थोडे वेगळे; पण चांगले लागतात. अशा वेळी पराठ्यासाठी कणीक भिजवलेली असेल तर ती साध्या पोळ्यांसाठी वापरून टाकावी.

कडधान्याचे पराठे

भिजवलेल्या डाळी, भिजवलेली किंवा मोड आलेली कडधान्ये यांचा वापर करून अतिशय पौष्टिक आणि स्वादिष्ट पराठे बनवता येतात. हा पराठा खरे म्हणजे उसळ आणि पोळीचे एकत्रित जरा वेगळे रूप – जास्त चटपटीत – टू इन वन. सर्व उसळी आवडीने खाल्ल्या जातातच असे नाही. पण त्यांचे चटपटीत सारण बनवून ते पराठ्यात वापरल्यास पराठे हां हां म्हणता फस्त होतात.

डाळी किंवा कडधान्यांचे पराठे बनवण्यासाठी कडधान्ये प्रथम भिजवून व शिजवून घ्यावीत. कडधान्ये शिजायला वेळ लागतो. शिजवलेल्या कडधान्यांचे दोन–तीन प्रकारांनी पराठे करता येतात. मटकी, मूग, मसूर, छोले, राजमा, वाटाणा इत्यादी शिजवलेल्या कडधान्यांची 'कोरडी' म्हणजे पाणी न घालता नुसती परतून, उसळ करून ती जाडसर वाटून घ्यावी. ती लाटलेल्या पोळीवर मध्यभागावर पसरून, त्यावर कडेची पोळी दुमडून 'पाकीट' पराठा बनवावा.

दुसऱ्या प्रकारात शिजवलेली कडधान्ये वाटून न घेता अख्खी वापरावीत. शिजवलेल्या कडधान्यात मसाले, चीज, पनीर मिसळून स्टफिंग करावे व ते दोन तयार पोळ्यांच्या मध्ये भरून पराठा करावा. हा पराठा मेक्सिकन 'केसाडिया' या प्रकाराशी मिळताजुळता होतो. अर्थात केसाडियापेक्षाही पौष्टिक आणि आरोग्यदायक! कारण, या पराठ्यात आपण केसाडियासाठी वापरल्या जाणाऱ्या मैद्याच्या पोळ्या किंवा मक्याच्या 'टॉर्तिया'ऐवजी कणकेच्या पोळ्या वापरतो.

कडधान्यांचा उग्रपणा आणि कडवटपणा कमी करण्यासाठी उकडलेला बटाटा, चीज, पनीर त्याचबरोबर खोबरं–कोथिंबीर आदींचा उपयोग होतो.

रुमाली पराठा

रुमाली रोटीप्रमाणे प्रथम जोडपोळी लाटून तिच्या बाहेरच्या दोन्ही बाजू पूर्ण भाजाव्यात. नंतर दोन्ही पोळ्या सुट्या करून त्यांच्या पूर्ण भाजलेल्या भागांमध्ये स्टफिंग पसरून, दाबून पराठा बंद करावा व तव्यावर तेल सोडून खुसखुशीत होईपर्यंत भाजावा.

या प्रकारच्या पराठ्यात पोळी आणि स्टफिंग दोन्हीही तयारच असते. त्यामुळे मध्यम गॅसवर पोळीच्या दोन्ही बाजूंवर पुसट तेल लावून त्या सोनेरी रंगावर भाजाव्यात. यासाठी तयार किंवा उरलेल्या पोळ्याही वापरता येतात. तसेच सुकी भाजी उरलेली असल्यास त्यात आले, लसूण, मसाले घालून भाजीचा कायापालट करून ती स्टफिंग म्हणून वापरावी.

भाज्यांचे थोडे मोठे तुकडे किंवा राजमा–छोलेसारखी शिजवलेली कडधान्ये भरून त्यावर चीज किसून टाकून, दाबून पराठा केल्यास हा पराठाही उत्तम होतो. हा पराठा स्टफिंगमुळे जाड होतो. तो पिझ्झाकटरने पिझ्झ्याप्रमाणे त्रिकोणी तुकडे कापून गरम सर्व्ह करावा.

टीप

वास्तविक पराठा म्हणजे भिजवलेल्या कणकेच्या पारीत स्टफिंग भरून लाटायचा आणि नंतर भाजायचा प्रकार. पण कॉर्न, कडधान्ये, थोड्या मोठ्या चिरलेल्या भाज्या, पनीर–बटाट्याचे तुकडे यांच्यासारख्या जाड स्वरूपातल्या स्टफिंगमुळे पराठा जाड होतो. नीट लाटता येत नाही. जाडीमुळे पराठ्याची संपूर्ण कड चक्क कच्ची राहते. पारीचा मधला भागही बाहेरून नीट भाजलेला असला तरी आतून कच्चा राहायची शक्यता असते. (विकतच्या पराठ्यांमध्ये हा अनुभव बऱ्याच वेळा येतो.) म्हणून अशा प्रकारच्या पराठ्यांना रुमाली रोटी किंवा कमी भाजलेल्या पोळ्याच वापराव्यात.

नॉन-स्टफ्ड पराठे

साधा पराठा

साहित्य :

२ वाट्या कणीक, पाव टी स्पून मीठ, पाव वाटी मैदा (ऐच्छिक), तांदूळ पिठी किंवा कणीक (लाटण्यासाठी), १ टे. स्पून तेल, पाणी

कृती :

१) सर्व साहित्य एकत्र करून पाण्याने किंचित सैलसर भिजवा. तेलाच्या हाताने थोडे मळून अर्धा तास झाकून ठेवा.

२) पीठ पुन्हा थोडे मळून त्याचे चार-पाच सारख्या आकाराचे गोळे करून झाकून ठेवा. एकेक गोळा घेऊन त्याचा पराठा लाटा. पुढीलप्रमाणे वेगवेगळ्या पद्धतींनी वेगवेगळ्या आकाराचे पराठे लाटता येतात.

प्रकार १ : कॉईन पराठा

पिठाच्या एका गोळ्याची पातळ पोळी लाटा. त्यावर सगळीकडे तेल लावा. वर तांदळाची पिठी किंवा कोरडी कणीक पसरा. नंतर पोळी गुंडाळून दोरीसारखा लांब आकाराचा रोल करा. तो चकलीप्रमाणे गोलाकार गुंडाळून गोल आकाराचा 'उंडा' बनवा.

पोळपाटावर थोडी कणीक किंवा थोडी पिठी पसरून त्यावर कोरड्या पिठात दाबून घेतलेला उंडा ठेवा. बोटांनी थोडा थापून लाटण्यावर फारसा जोर न देता सगळीकडून सारख्या जाडीचा, गोल आकाराचा पराठा लाटा. पराठा पोळीपेक्षा किंचित जाड लाटा. एकदम पातळ लाटू नका.

प्रकार २ : परत किंवा परती पराठा

पिठाची मोठी पातळ पोळी लाटा. त्यावर तेल लावून कोरडे पीठ पसरा. नंतर त्यावर सुरीने तीन-चार ठिकाणी उभ्या आडव्या चिरा देऊन चौकोनी आकाराचे तुकडे कापा. तुकडे लहानमोठे, वेडेवाकडे कसेही कापले तरी चालतील. आता हे तुकडे एकावर एक ठेवून तुकड्यांची परत म्हणजे चळत तयार करा. शेवटचा तुकडा वर ठेवताना पीठ लावलेली बाजू उलटी करून ठेवा म्हणजे तेल व कोरडे पीठ आत जाईल. आता ही परत हाताने थोडी दाबून घ्या. लाटण्यावर फारसा जोर न देता पराठा आपोआप येईल त्या आकारात किंचित जाडसर लाटा.

प्रकार ३ : तिकोना पराठा

पिठाची मोठी पोळी लाटा. त्यावर तेल लावून पिठी पसरा. सुरीने पोळीच्या मध्यबिंदूपासून कडेपर्यंत चीर द्या व चिरलेली बाजू मध्यबिंदूभोवती गुंडाळत त्रिकोणी रोल करा. तो पोळपाटावर ठेवून थोडासा दाबून चपटा त्रिकोण करा व त्रिकोणी आकारातच किंचित जाड पराठा लाटा.

प्रकार ४ : चौकोर पराठा

पिठाची मोठी पोळी लाटा. त्यावर तेल लावून पिठी पसरा. आता पोळीची १/३ बाजू दुमडा. या घडीवर उरलेली १/३ बाजू दुमडा. तयार झालेल्या या लांबट तिपदरी घडीला तेल लावून पिठी पसरा व पुन्हा दोन्ही बाजूने १/३ भाग एकमेकींवर दुमडून छोटा नऊ पदरी चौकोन तयार करा. हलक्या हाताने तो चौकोनी आकारात, पोळीपेक्षा किंचित जाड लाटा.

प्रकार ५ : चौकोनी पराठा

भिजवलेल्या कणकेचा पाच-सहा पराठ्यांचा एकच मोठा गोळा घ्या. ओट्यावर त्याची मोठी, चौकोनी आकाराची पोळी लाटा.

पाव वाटी तुपात १ टे. स्पून कॉर्नफ्लोअर व चिमूटभर मीठ मिसळून हलके होईपर्यंत फेटा व लाटलेल्या पोळीवर सगळीकडे पसरून लावा.

पोळीची खालची (स्वत:कडची) बाजू २ इंचावर दुमडा व ती घडी तशीच शेवटपर्यंत दुमडत दुमडत चपटा रोल करा. साधारण ३ इंच रुंदीची जाड पट्टी तयार होईल. तिचे कापून पाच-सहा एकसारखे चौकोनी तुकडे करा. १५-२० मिनिटे फ्रीजमध्ये ठेवा.

फ्रीजमधून काढून एकेक तुकडा लाटून त्याचा चौकोनी आकाराचा पोळीपेक्षा किंचित जाड पराठा बनवा.

प्रकार ६ : 'लच्छा' किंवा 'मोगलाई' पराठा

भिजवलेल्या पिठाची मोठी आणि पोळपाट दिसेल इतकी पातळ पोळी लाटा. त्यावर तेल लावून पिठी पसरा. नंतर पोळीची वरची बाजू दोन्ही हातांच्या बोटात पकडून पोळी साडीच्या निऱ्यांप्रमाणे उलटसुलट दुमडत खालपर्यंत घड्या घाला. घड्या जितक्या लहान आणि जास्त, तितके पराठ्याला लच्छे म्हणजे पापुद्रे जास्त. आता ही दोरीसारखी लांब घडी एका टोकाभोवती गोल गुंडाळून चकलीप्रमाणे गोलाकार उंडा करा. हलक्या हाताने जाडसर लाटा.

वरीलपैकी कोणत्याही पद्धतीने पराठा लाटा व तो तापलेल्या तव्यावर टाका. १५-२० सेकंदात पराठा तव्यावर सरकायला लागल्यावर उलटून गॅस मध्यम करा. पराठ्यावर चमच्याच्या पाठीने किंवा ब्रशने दोन्ही बाजूंवर सगळीकडून तेल लावा. नंतर पराठा तव्यावर गोल गोल फिरवत आणि मधूनमधून उलटत दोन्ही बाजूने सोनेरी रंगावर भाजा.

पराठा तव्यावरून काढल्यावर पोळपाटावर उभा धरून हळूच मनगटाने दाबा म्हणजे पराठ्याचे पापुद्रे सुटे होतील.

केरला (मलबार) पराठा

केरला किंवा मलबार पराठाही लच्छा पराठ्यासारखाच असतो. फक्त हा पूर्ण मैद्याचा आणि भरपूर तेलतूप वापरून केलेला असतो. करायला अतिशय किचकट आणि अवघड असतो.

अशाच पद्धतीचा पराठा सिंगापूरमध्ये 'रोटी प्राटा' आणि मलेशियात 'रोटी चनई' नावाने ओळखला जातो.

साहित्य :

३०० ग्रॅम मैदा, ६० मिली दूध, १२० मिली पाणी, ४० ग्रॅम साखर, २० ग्रॅम मीठ, १०० मिली तेल

कृती :

वरील साहित्यात सहा ते आठ पराठे होतात.

१) मैद्यात खळगा करून त्यात मीठ, साखर, निम्मे तेल व दूध टाका. लागेल तसे पाणी वापरून पीठ किंचित सैलसर भिजवा. तेल लावून ५ मिनिटे मळा. नंतर ओट्यावर तेल लावून त्यावर गोळा ठेवा. त्याला वरून तेल लावा. त्यावर पातळ कापड झाकून कापडावरही तेल लावून १० मिनिटे ठेवा.

२) पुन्हा थोडे मळून मधून सुरीने कापून चार समान भाग करा. त्याचे गोळे करून वरून तेल लावा. कापडाखाली २ मिनिटे झाकून ठेवा.

३) प्रत्येक गोळ्याची ५ ते ७ इंच व्यासाची जाड पोळी लाटा. प्रत्येक पोळीवर तेल लावून या जाड पोळ्या एकावर एक ठेवून कापडाने ५ मिनिटे झाकून ठेवा. (जास्त पराठे करायचे असले तरी सर्व जाड पोळ्या करून प्रत्येकीवर तेल लावून एकावर एक ठेवून कापडाने झाकून ठेवा.)

४) त्यातील एक पोळी घ्या. तेलावरच ओटा दिसेल इतकी पातळ पोळी लाटा किंवा रुमाली रोटीप्रमाणे हातांनी लांबवत पातळ करा.

५) आता या पोळीवर सुरीने मधून उभी चीर देऊन दोन सारखे भाग करा. त्यातील एका भागाचे स्वतःकडचे टोक हातात धरून झटक्यात पोळी वरच्या दिशेने ओढून ओट्यापासून वर उचला. पोळीला आपोआप चुण्या पडतील. हातातले टोक तसेच धरून चुण्या एक-दोन वेळा ओट्यावर आपटून लांबवा आणि दुसऱ्या हाताच्या बोटांभोवती गुंडाळून गोलाकार उंडा बनवा. असे सर्व उंडे बनवून, त्यावर तेल लावून कापडाने झाकून ठेवा. वरील ४ गोळ्यांचे एकूण ८ उंडे तयार होतील.

(ही पद्धत जमत नसल्यास लच्छा पराठ्याप्रमाणे पोळीच्या लहानलहान निऱ्या करून, गोल गुंडाळून उंडा बनवा.)

६) पराठा भाजण्यासाठी मोठा, किंचित खोलगट असा तवा घ्या. एकदम सपाट तवा नको. तवा तापल्यावर गॅस मध्यम करून त्यावर मध्यात २ टे. स्पून तेल टाका व त्यावर लाटलेला पराठा अलगदपणे टाका. तेल हातावर उडणार नाही याची काळजी घ्या. पराठा तव्यावरील तापलेल्या तेलात असल्यामुळे तो खालून लगेच तळल्याप्रमाणे चुरचुरायला लागेल. आता पराठ्यावर वरूनही २ चमचे तेल सोडून हळूच उलटा. गॅस लहान करून पराठा उलटापालटा करत दोन्ही बाजूने सोनेरी रंगावर भाजा. लहान गॅसमुळे पराठ्याचे आतले पदरही नीट भाजले जातात. आणि वरून न करपता हवा तसा भाजला जातो.

७) भाजलेला पराठा ओट्यावर काढा. दोन्ही हातांनी तो कडेकडेने मध्यात अलगद दाबून पापुद्रे सुटे करा व गरमच सर्व्ह करा.

टीप

पिठाचे तयार उंडे झाकून एक–दोन दिवस फ्रीजमध्ये ठेवता येतात. हवा असेल त्या वेळी झटपट पराठा तयार करता येतो.

साधा पराठा सर्व्ह करताना...

१) **जेवणामध्ये :** नुसता किंवा बटर लावून व्हेज–नॉनव्हेज ग्रेव्हीबरोबर गरमागरम सर्व्ह करा.

२) **नाश्त्यामध्ये :**

   १) गरमागरम पराठ्याबरोबर बटर, जॅम, सॉस, खोबऱ्याची किंवा पुदिन्याची चटणी द्या. किंवा

   २) काकडी, टोमॅटो, गाजर, कॉर्न, वाफवलेले मोडाचे मूग, शिजवलेले छोले, टॉमॅटो, लेट्यूस, सफरचंद, डाळींब इत्यादी गोष्टी वापरून दह्यातले सॅलड बनवा व ते पराठ्याबरोबर सर्व्ह करा.

३) **डब्यामध्ये :** पराठ्यावर पिठीसाखर व तूप किंवा बटर व जॅम किंवा बटर व मध किंवा तूप पसरून त्यावर तिखट, मीठ, पिठीसाखर व मेतकूट यांचे कोरडे मिश्रण किंवा अंड्याचे ऑम्लेट व सॅलड, चीज इत्यादी पसरून पराठ्याचा रोल करून डब्यात द्या.

टीप

एकमेकांवर ओव्हरलॅप होतील अशा दोन ॲल्युमिनिअम फॉईलच्या तुकड्यांमध्ये तयार रोल गुंडाळून डब्यात द्या. त्यामुळे रोल गार झाला तरी मऊ राहील आणि पराठ्याला हाताचा स्पर्श न करता म्हणजे हात खरकटा न करता खाता येईल.

पराठ्याची तंत्रे

१) पराठ्यासाठी कणीक भिजवणे

- पराठ्यांसाठी २ वाट्या कणकेत पाव वाटी मैदा मिसळावा. मैद्यामुळे भिजवलेल्या कणकेला चांगली तार येते व साधे किंवा स्टफ केलेले पराठे न फाटता व्यवस्थित लाटता येतात.
- पूर्ण कणकेचे पराठे करायचे असल्यास फार मोठ्या आकाराचे करू नयेत. लहान आकाराचे केल्यामुळे लाटताना फाटायचा धोका राहत नाही.
- पराठ्याची कणीक पोळीच्या पिठाप्रमाणेच मध्यम भिजवावी. फार सैल किंवा फार घट्ट नसावी. भिजवताना तेलाचे मोहन कमी प्रमाणात वापरावे, कारण भाजताना पराठ्याला वरून तेल लावायचेच असते. भिजवलेली कणीक जराशी मळून अर्धा तास झाकून ठेवावी. नंतर पुन्हा थोडी मळून पराठे करायला वापरावी.
- पराठा अधिक पौष्टिक करण्यासाठी कणकेत सोया, उडीद, हरभरा, मका इत्यादी मिश्रपिठे थोड्या प्रमाणात वापरता येतात.

२) पराठा लाटणे

- पराठे साधे असोत किंवा स्टफ केलेले असोत, किंचित जाडसर लाटावेत. फार पातळ किंवा फार जाड लाटू नयेत.
- पराठा लाटताना वरून फार कोरडे पीठ वापरू नये. लाटलेल्या पराठ्यावर कोरडे पीठ दिसत असल्यास ते टिश्यू पेपरने किंवा स्वच्छ कापडाने झटकून नंतरच पराठा भाजण्यासाठी तव्यावर टाकावा.
- नुसत्या पिठाच्या म्हणजे साध्या पराठ्यांना अनेक पापुद्रे असतात. ते येण्यासाठी लाटलेल्या पोळीच्या वेगवेगळ्या पद्धतींनी अनेक घड्या घालून पराठा लाटावा लागतो. लाटताना या घड्या जिरू नयेत व पराठ्यांना पापुद्रे सुटावेत म्हणून प्रत्येक घडीच्या मध्ये तेल लावून, त्यावर कोरडी पिठी पसरून घड्या घालाव्यात. नंतर फारसा जोर न देता पराठा लाटावा.
- स्टफिंगचे पराठे दोन-तीन प्रकारांनी लाटता येतात. कोणत्या स्टफिंगसाठी कोणती पद्धत वापरायची ते स्टफिंगच्या प्रकारानुसार आणि स्वरूपानुसार ठरवावे. उदाहरणार्थ,
  - ∗ **कॉईन पराठा :** जे सारण कोरडे, भरभरीत असते ते लाटताना कडेपर्यंत पसरत नाही. मधल्या मध्ये फिरत राहते, अशा स्टफिंगच्या पराठ्यासाठी ही पद्धत वापरावी.

    यामध्ये पोळी लाटून त्यावर सारण सगळीकडे पसरावे. पोळी गुंडाळून दोरीसारखा

लांब रोल करावा. हा रोल चकलीप्रमाणे एका टोकाभोवती गुंडाळून 'कॉईन' म्हणजे नाण्याच्या आकारासारख्या गोल उंडा करावा व तो हलक्या हाताने लाटावा. उदाहरणार्थ, चटणी पराठा, कोथिंबीर पराठा इत्यादी.

* **पुरण पराठा :** ज्या शिजवलेल्या सारणाचा पुरणाप्रमाणे मऊ गोळा होतो, त्या सारणाच्या पराठ्यासाठी ही पद्धत वापरावी.
  या प्रकारात कणकेच्या पारीत सारणाचा गोळा भरून उंडा बंद करावा व हलक्या हाताने पराठा लाटावा. उदाहरणार्थ, आलू पराठा, मिक्स व्हेज पराठा इत्यादी.
* **पाकीट पराठा :** जे सारण पारीत भरून लाटता येणार नाही, अशा 'कच्च्या' स्टफिंगसाठी ही पद्धत वापरावी.
  या प्रकारात मोठी पोळी लाटून त्यावर मध्यात स्टफिंग पसरावे व कडेची पोळी त्यावर दुमडून स्टफिंग पूर्ण झाकावे व हलक्या हाताने पराठा लाटावा. कडेची पोळी चारी बाजूंनी मध्यापर्यंत दुमडल्यामुळे घडीचा चौकोनी आकार तयार होतो. म्हणून याला 'पाकीट' किंवा 'लिफाफा' पराठा म्हटले जाते. उदाहरणार्थ, कोबी पराठा, गाजर-बीट पराठा इत्यादी.

टीप

१) या पद्धतीत कडेची पोळी स्टफिंगवर दुमडताना त्रिकोणी किंवा गोल आकारातही दुमडता येते. दुमडीनुसार त्रिकोणी किंवा गोल आकाराचे पराठे बनवू शकता.

२) घाईच्या वेळी पराठा करण्यासाठी ही उत्तम पद्धत आहे. यात पोळीभाजीचे काम एकदम होते. भाजी आतल्याआत वाफवली गेल्याने चवीलाही उत्तम होते. गरम पराठा तर उत्तम लागतोच; पण त्याचा रोल करून वर चीज-सॉस पसरून डब्यातही देता येतो.
पराठ्यांच्या गरजेनुसार वेगवेगळ्या पद्धतीने लाटावे लागतात हे खरे; पण याचा आणखी एक फायदा म्हणजे हे काम कंटाळवाणे होत नाही. उलट करमणूक होते. पराठ्यांच्या वेगवेगळ्या आकारांमुळे आणि प्रकारांमुळे ते नावीन्यपूर्णही वाटतात.

३) पराठा भाजणे

- पोळीच्या तुलनेत पराठा जाड असतो. त्याला अनेक पदर असतात किंवा आत स्टफिंग भरलेले असते. ते सर्व आतपर्यंत भाजले (म्हणजे खरेतर शिजले) जावेत यासाठी पराठा लाटायला घेतानाच तवा गॅसवर तापायला ठेवावा आणि १-२ मिनिटांत तापल्यावर गॅस बारीक करून ठेवावा.
- पराठा तव्यावर टाकल्यानंतर गॅस मध्यम करावा. १५-२० सेकंदात पराठा तव्यावर सरकायला लागल्यावर लगेच उलटावा. नंतर त्यावर थोडे तेल लावावे. उलटून दुसऱ्या बाजूवरही तेल लावावे. त्यानंतर पराठा तव्यावर गोलगोल फिरवत आणि

मधूनमधून उलटत दोन्ही बाजूने सोनेरी रंगावर भाजावा. तेलामुळे पराठा न करपता किंवा न जळता आतपर्यंत व्यवस्थित भाजला जातो आणि खुसखुशीतही होतो. जाड पराठ्यांसाठी कमी भाजलेल्या पोळ्या वापराव्यात.

टीप

प्रत्येक पराठा भाजून झाल्यावर तवा टिश्यू पेपरने किंवा स्वच्छ कपड्याच्या बोळ्याने पुसून घ्यावा, म्हणजे पुढच्या पराठ्याला जळक्या तेलाचा किंवा करपलेल्या पिठाचा वास येत नाही.

पराठा सर्व्ह करताना...

पराठा नुसताच उत्तम असून चालणार नाही; तर तो देखणाही असायला हवा. पदार्थांचा आस्वाद आधी नजरेने, नंतर वासाने आणि शेवटी घासाने घेतला जातो. त्यामुळे सध्याच्या भाषेत 'गार्निशिंग' आणि 'प्लेटिंग'ही तितकेच महत्त्वाचे. त्यासाठी –

१) डिशमध्ये कोबी, गाजर, बीट, काकडी इत्यादी सॅलड्सचे उभे बारीक धागे कापून त्यात थोडे मीठ, मिरेपूड, ऑलिव्ह ऑईल, व्हिनेगर इत्यादी मिसळून ते कडेने गोल पसरून मध्ये पराठा ठेवावा किंवा डिशमध्ये सॅलडचा ढीग ठेवून शेजारी पराठा घडी करून ठेवावा. बाजूला सॉस, चटणीचे छोटे बाऊल ठेवावेत.

२) गाजर, काकडी, टोमॅटो, मुळा इत्यादी सॅलड्सच्या पातळ चकत्या कापून त्या डिशच्या कडेने गोलाकार (त्याच क्रमाने) ठेवून, मध्ये घडी केलेला पराठा व सॉस, चटणीचे छोटे बाऊल ठेवावे.

३) दह्यात मीठ, जिरेपूड व थोडा बीटचा रस मिसळून गुलाबी रंगाचे, किंवा पुदिना चटणी गाळण्यातून गाळून तो रस मिसळून हिरवट रंगाचे दही करावे व ते पराठ्याबरोबर सर्व्ह करावे.

४) दह्यात वरील सॅलड्स किंवा तळलेली खारी बुंदी मिसळून तो रायता पराठ्याबरोबर द्यावा. बुंदी रायत्यासाठी दह्यात मीठ, साखर, जिरेपूड, चाट मसाला मिसळून दही तयार ठेवावे. बुंदी आयत्या वेळी सर्व्ह करताना मि सळावी. म्हणजे ती कुरकुरीत राहते.

सजावटीमुळे पराठे व सॅलड्स बरोबरीने खाल्ली जातात; त्याचबरोबर पराठ्याचा मसालेदारपणा किंवा कोरडेपणाही सौम्य होतो.

५) न वाटलेल्या राजमा, छोल्याचे किंवा तुकडे स्वरूपातील भाज्यांचे स्टफिंग पोळ्यांमध्ये भरून केलेल्या पराठ्यांचे पिझ्झाकटरने चार ते सहा त्रिकोणी तुकडे करावेत. ते डिशमध्ये एकावर एक ओळीत किंवा गोलाकार ठेवावे. बाजूला सॅलड, सॉस इत्यादी ठेवावे. गरम पराठ्याच्या तुकड्यांवर थोडे चीज किसून पसरावे.

मेतकूट पराठा

साहित्य :

स्टफिंगसाठी : ४ टे. स्पून मेतकूट, १ टी स्पून पिठीसाखर, १ टी स्पून तिखट, चवीनुसार मीठ, २ टे. स्पून बारीक चिरलेली कोथिंबीर

पारीसाठी : २ वाट्या कणीक, १ टे. स्पून सोया पीठ, १ टे. स्पून तेल, पाव टी स्पून मीठ, पाणी

कृती :

१) पारीचे सर्व साहित्य एकत्र करून पाण्याने मध्यम घट्ट भिजवा. अर्धा तास झाकून ठेवा.

२) स्टफिंगचे सर्व साहित्य एकत्र मिसळा.

३) कणकेचे आणि स्टफिंगचे पाच किंवा सहा सारख्या आकाराचे गोळे करून झाकून ठेवा.

४) एका गोळ्याची जाडसर पोळी लाटा. त्यावर ब्रशने तेल लावा. वर स्टफिंगचा एक भाग पसरा. खालून वर घट्ट गुंडाळत दोरीप्रमाणे लांब रोल करा. तो एका टोकाभोवती गोल गुंडाळून चकलीप्रमाणे गोल आकाराचा उंडा बनवा. हलक्या हाताने लाटून पोळीपेक्षा किंचित जाड पराठा बनवा.

५) तापलेल्या तव्यावर पराठा टाकून लगेच उलटा. नंतर दोन्ही बाजूंवर तेल लावून मध्यम आचेवर हलक्या सोनेरी रंगावर भाजा.

सर्व्ह करताना बरोबर दही किंवा लोणी द्या.

या प्रकारचे पराठे गरम किंवा गार कसेही उत्तम लागतात. कोरड्या स्टफिंगमुळे तीन-चार दिवस टिकतात. त्यामुळे प्रवासात न्यायला तसेच डब्यात द्यायलाही उपयोगी पडतात.

दोडक्याच्या शिरांचा पराठा

साहित्य

स्टफिंगसाठी : अर्धा किलो दोडके, १ टे. स्पून तेल, मोहरी, हळद, हिंग, तीळ, अर्धा टी स्पून जिरे, तिखट, मीठ, साखर, आमचूर पावडर, २ टे. स्पून बारीक चिरलेली कोथिंबीर

पारीसाठी : २ वाट्या पराठ्याची भिजवलेली कणीक

कृती :

१) दोडके स्वच्छ धुवून त्यांच्या कडक शिरा सालकाढणीने काढून टाका. नंतर दोडके वरच्यावर किसणीने किसून सालांचा हिरवा कीस बाजूला काढा.

२) कढईत तेलात मोहरी, हळद, हिंग, जिरे, तीळ घालून त्यात कीस परता. नंतर तिखट, मीठ, साखर, आमचूर घालून कोरडा होईपर्यंत परता. गार करा.

मायक्रोवेव्ह पद्धत :

प्रथम दोडक्याचा कीस २–२ मिनिटांनी हलवत कोरडा होईपर्यंत परता (किंवा ताटात पसरून दिवसभर तसाच ठेवल्यास आपोआपच कोरडा पडतो). नंतर त्यात फोडणी, तीळ, तिखट, मीठ, साखर, आमचूर पावडर मिसळून १–२ मिनिटे मायक्रोवेव्ह करा.

३) परतलेला कीस गार झाल्यावर कुरकुरीत होतो. तो हाताने चुरून त्यात कोथिंबीर मिसळा.

४) लाटलेल्या पोळीवर हा कोरडा कीस पसरून मेतकूट पराठ्याप्रमाणे पराठा करा.

याच पद्धतीने दुधीच्या सालींचा पराठाही उत्तम होतो.

टीप

वरील सर्व चटण्या कोरड्या व भरभरीत असतात. त्यामुळे पराठेही खूप कोरडे होतात, त्यामुळे तोठरा बसू शकतो. पराठ्याला मऊपणा यावा व तोठरा बसू नये यासाठी वरील सर्व चटण्यांमध्ये बारीक चिरलेली कोथिंबीर मिसळावी आणि बरोबर दही द्यावे.

रुचिपालट

या प्रकारचे आणखी काही झटपट पराठे : मेतकुटाऐवजी लसूण चटणी, कारळे चटणी, तीळ चटणी, दाणे चटणी, डाळे व कढीपत्ता चटणी वापरा.

बाकर पराठा

साहित्य :

१) **सारणासाठी :** १ वाटी बारीक चिरलेली कोथिंबीर, पाव वाटी सुके किसलेले खोबरे, अर्धी वाटी बारीक शेवेचा चुरा किंवा भाजलेले बेसन, १ टी स्पून खसखस, १ टे. स्पून तीळ, अर्धा टी स्पून धनेजिरे पूड, पाव टी स्पून गरम मसाला, अर्धा टी स्पून आमचूर पावडर, चवीनुसार मीठ–साखर–तिखट

२) चिंच–गुळाचा सॉस

३) पराठ्याची भिजवलेली कणीक

कृती :

१) सारणाचे सर्व साहित्य एकत्र मिसळा.

२) पिठाच्या गोळ्याची जाडसर पोळी लाटून त्यावर चिंचेचा सॉस लावा. त्यावर सारण पसरा. पोळीचा रोल करून, तो गुंडाळून अगदी हलक्या हाताने पराठा लाटा (किंवा पोळीच्या मध्यभागात सारण पसरून, त्यावर बाजूची पोळी दुमडून पाकीट पराठा बनवा).

३) तव्यावर दोन्ही बाजूने तेल सोडून मंद आचेवर गुलाबी रंगावर भाजा. कागदावर काढा. गार झाल्यावर डब्यात भरा.

कोथिंबीर पराठा

साहित्य :

सारणासाठी : २ वाट्या चिरलेली कोथिंबीर, २ टे. स्पून सुके किसलेले खोबरे, २ टी स्पून तीळ, चिमूटभर लवंग, दालचिनी, मिरेपूड, चवीनुसार मीठ, तिखट, साखर, अर्धा टी स्पून आमचूर पावडर, २ टी स्पून चारोळी

पारीसाठी : पराठ्याची भिजवलेली कणीक

बाकी सर्व कृती बाकर पराठ्याप्रमाणे

मसूर पराठा

साहित्य :

सारणासाठी : २ वाट्या भिजवलेले किंवा मोडाचे मसूर, ५–६ लसूण पाकळ्या, आले तुकडा, २–३ हिरव्या मिरच्या, २ टे. स्पून ओले खोबरे, चवीनुसार मीठ–तिखट–साखर, २ टे. स्पून चिरलेली कोथिंबीर, १ टी स्पून लिंबू रस, १ मध्यम आकाराचा उकडलेला बटाटा

पारीसाठी : २ वाट्या कणीक, १ टे. स्पून मैदा, पाव चमचा मीठ, १ टे. स्पून तेल, पाणी

कृती :

१) पारीचे साहित्य एकत्र करून पाण्याने भिजवून अर्धा तास झाकून ठेवा.

२) कोथिंबीर, लिंबू व बटाटा बाजूला काढून बाकी सर्व साहित्य एकत्र मिसळा. गॅसवर किंवा मायक्रोवेव्हमध्ये ५ मिनिटे परता. गार झाल्यावर मिक्सरमधून वाटा. नंतर त्यात कोथिंबीर, लिंबू व बटाटा कुस्करून मिसळा. सारणाचे व पिठाचे आठ ते दहा सारख्या आकाराचे गोळे करून झाकून ठेवा.

३) पिठाच्या गोळ्याची बोटांनी दाबून खोलगट वाटी करा व त्यात सारणाचा एक गोळा भरून उंडा बंद करा. तो कोरड्या पिठावर हलक्या हाताने किंचित जाडसर लाटा.

४) तापलेल्या तव्यावर पराठा टाकून १५–२० सेकंदात लगेच उलटा. नंतर दोन्ही बाजूने तेल लावून मध्यम आचेवर सोनेरी रंगावर भाजा. वायर रॅकवर काढा. गार झाल्यावर डब्यात भरा.

टीप

बटाट्यामुळे सारणाला चिकटपणा येऊन गोळा बनवणे सोपे जाते. खोबऱ्यामुळे कडधान्याचा उग्रपणा कमी होतो. नुसत्या बटाट्याच्या पराठ्यापेक्षा हा मिश्र पराठा अधिक पौष्टिक होतो.

मूग पराठा

साहित्य :

सारणासाठी : २ वाट्या भिजवलेले किंवा मोडाचे मूग, २ टी स्पून आलं–मिरची पेस्ट, २ टे. स्पून ओलं खोबरं, चवीनुसार मीठ–साखर, अर्धा टी स्पून गरम मसाला, २ टे. स्पून बारीक चिरलेली कोथिंबीर, २ टे. स्पून तेल, अर्धा टी स्पून हळद, १ मध्यम आकाराचा उकडलेला बटाटा, अर्धा टी स्पून लिंबाचा रस, पाव टी स्पून धने जिरेपूड

पारीसाठी : २ वाट्या पराठ्याची भिजवलेली कणीक

कृती :

१) कोथिंबीर, लिंबाचा रस व बटाटा सोडून बाकी सर्व साहित्य एकत्र मिसळा. गॅसवर किंवा मायक्रोवेव्हमध्ये ५ मिनिटे परता. गार झाल्यावर मिक्सरमधून वाटा. नंतर त्यात कोथिंबीर, लिंबू व बटाटा कुस्करून मिसळा. सारणाचे व कणकेचे आठ ते दहा समान गोळे करा.

२) कणकेच्या एका गोळ्याची बोटांनी मध्ये दाबून खोलगट वाटी बनवा. त्यात सारणाचा एक गोळा भरून उंडा बंद करा व तो कोरड्या पिठावर हलक्या हाताने किंचित जाडसर लाटा.

३) तापलेल्या तव्यावर पराठा टाकून १५–२० सेकंदात लगेच उलटा. नंतर त्यावर दोन्ही बाजूने तेल लावून मध्यम आचेवर सोनेरी रंगावर भाजा. वायर रॅकवर काढा. गार झाल्यावर डब्यात भरा. सर्व्ह करताना बरोबर दह्यातली पुदिना चटणी द्या.

टीप

- मसूर, मुगाप्रमाणे भिजवलेली किंवा मोडाची मटकी, चवळी, चणा, वाटाणा इत्यादी कडधान्ये वाफवून मिक्सरमधून वाटून थोड्या तेलावर परतून त्यांचे स्टफिंग बनवावे व त्यांचे वरीलप्रमाणे पराठे करावे.
- कडधान्यांचा उग्रपणा कमी करण्यासाठी ओलं खोबरं आणि सारणाचा गोळा बनवता यावा म्हणून त्यात उकडलेला बटाटा घालावा.

छोले पराठा

साहित्य :

स्टफिंगसाठी : २ वाट्या भिजवलेले छोले, १ मोठा कांदा आणि २ मोठे टोमॅटो (बारीक चिरून), २ टी स्पून आले पेस्ट, १ टे. स्पून तेल, चवीनुसार मीठ, १ टी स्पून छोले मसाला, १ टी स्पून कसूरी मेथी

पारीसाठी : २ वाट्या मैदा, २ टे. स्पून तेल, पाव वाटी दही, पाव टी स्पून सोडा, अर्धा टी स्पून मीठ, १ टी स्पून साखर, कोमट पाणी

कृती :

१) मैदा, मीठ, साखर, सोडा एकत्र चाळा. त्यात तेल व दही मिसळा. कोमट पाण्याने पीठ किंचित सैलसर भिजवा. मळून दोन-तीन तास झाकून ठेवा.

२) छोल्यात चवीपुरते मीठ घालून कुकरमध्ये शिजवा. पाणी बाजूला काढा.

३) तेलात आले, कांदा, टोमॅटो, मीठ, मसाला, कसूरी मेथी घालून मसाला कोरडा होईपर्यंत परता. त्यात शिजवलेले छोले मिसळा. सारण गार करून वापरा. सारणाचे व पारीच्या पिठाचे आठ ते दहा समान भाग करा.

४) पिठाच्या एका गोळ्याची ८-१० इंच व्यासाची पातळ पोळी लाटा. त्यावर मध्यात सारणाचा एक भाग गोलाकार पसरा.त्यावर कडेची पोळी मध्यापर्यंत गोलाकार दुमडून सारण पूर्ण झाका. हा लहानसा पराठा हातानेच थोडा थापा. (लाटू नका.) त्यावर मध्यात चिमटीने थोडी बारीक चिरलेली कोथिंबीर दाबून बसवा.

५) तवा १-२ मिनिटे तापवून गॅस बारीक करून ठेवा. पराठ्याच्या एका बाजूला पाणी लावा. ती बाजू तव्यावर टाका. नंतर त्यावर दोन्ही बाजूने २-२ चमचे तेल सोडून मंद आचेवर पराठा हलक्या सोनेरी रंगावर भाजा.

बरोबर चिंच-गुळाची चटणी द्या.

हा छोले पराठा म्हणजे छोले भटुऱ्याची कमी वेळात आणि कमी व्यापात होणारी सोपी संक्षिप्त आवृत्ती, मुलांचे वाढदिवस, महिलांच्या किटी पार्ट्या किंवा पिकनिकला जाताना वेगळा आणि चटपटीत पदार्थ.

भाजण्यापूर्वी या पराठ्यावर मध्यात थोडी चिरलेली कोथिंबीर-कलौंजी बोटांनी दाबून बसवून नंतर भाजल्यास याला आपण स्टफ्ड छोले - कुलचेही म्हणू शकतो.

छोले पराठा : प्रकार २

वरील भिजवलेले छोले व मसाल्याचे सर्व साहित्य एकत्र मिसळून, गॅसवर किंवा मायक्रोवेव्हमध्ये कोरडा होईपर्यंत परता. नंतर ते मिश्रण मिक्सरमधून वाटा. गरज भासल्यास त्यात एखादा उकडलेला बटाटा कुस्करून मिसळा व सारणाचे लहान गोळे करा.

भिजवलेल्या पराठ्याच्या कणकेची लहान गोळी घेऊन त्यात सारण भरून मसूर किंवा मूग पराठ्याप्रमाणेच हा पराठा करा.

टीप

कोणत्याही पराठ्याच्या सारणासाठी कडधान्ये किंवा भाज्या कोरड्या होईपर्यंत म्हणजे फक्त त्यातील पाणी आटेपर्यंत परताव्यात; पार खरपुडी–पापडी होईपर्यंत नाही. सारणात पाणी राहिले तर पराठा लाटता येणार नाही.

राजमा पराठा

साहित्य :

सारणासाठी : २ वाट्या भिजवलेला राजमा, १ मोठा कांदा आणि २ मोठे टोमॅटो (बारीक चिरून), १ टे. स्पून तेल, चवीनुसार मीठ, १ टे. स्पून लसूण पेस्ट, १ टी स्पून छोले किंवा राजमा मसाला, पाव टी स्पून चाट मसाला, अर्धा टी स्पून कसूरी मेथी, २ टे. स्पून बारीक चिरलेली कोथिंबीर, १ मोठा उकडलेला बटाटा

पारीसाठी : २ वाट्या भिजवलेली कणीक

कृती :

१) राजम्यात थोडे मीठ घालून कुकरमध्ये शिजवा. नंतर पाणी काढून टाका.

२) कोथिंबीर व बटाटा सोडून सारणाचे बाकी सर्व साहित्य एकत्र मिसळा. गॅसवर किंवा मायक्रोवेव्हमध्ये त्यातील पाणी आटेपर्यंत परता. नंतर त्यात शिजवलेला राजमा मिसळा. गार झाल्यावर मिक्सरमधून वाटा. त्यात उकडलेला बटाटा कुस्करून व कोथिंबीर मिसळा. सारणाचे व कणकेचे आठ सारख्या आकाराचे गोळे करा.

३) कणकेच्या एका गोळ्यात सारणाचा एक गोळा भरून पराठा लाटा व तव्यावर टाका.

४) तव्यावरच पराठ्याला दोन्ही बाजूने तेल लावून मध्यम आचेवर सोनेरी रंगावर भाजा. गरम सर्व्ह करा, बरोबर दही–कांदा किंवा दही–काकडी द्या.

मूगडाळीचा पराठा

साहित्य :

सारणासाठी : २ वाट्या पाण्यात भिजवलेली मूगडाळ, २ टी स्पून आलं-लसूण, मिरची, कढीपत्ता (सर्व बारीक चिरून घेणे), १ टे. स्पून तेल, मोहरी, हळद, हिंग, जिरे, बडीशेप, चवीनुसार मीठ, साखर, आमचूर पावडर, २ टे. स्पून बारीक चिरलेली कोथिंबीर

पारीसाठी : २ वाट्या कणीक, पाव वाटी मैदा, अर्धा टी स्पून मीठ, २ टे. स्पून तेल, पाणी

कृती :

१) पारीचे साहित्य पाण्याने भिजवून अर्धा तास झाकून ठेवा.

२) मुगाच्या डाळीतले पाणी काढून टाका. डाळ स्टीलच्या डब्यात काढा. डब्याचे झाकण लावून प्रेशरकुकरमध्ये एक शिट्टी द्या. नंतर गॅस बारीक करून ५ मिनिटे शिजवा.

३) तेलात मोहरी, हिंग, हळद, जिऱ्याची फोडणी करून त्यात आलं, लसूण, मिरची, कढीपत्ता टाकून हलवा व लगेच गॅस बंद करा.

४) शिट्टी पडल्यावर डाळीचा डबा बाहेर काढा. डाळ डावाने हाटून पिठाळ करा. डावाने होत नसल्यास मिक्सरमधून थोडी फिरवून घ्या. त्यात फोडणीचे मिश्रण, मीठ, साखर, आमचूर, कोथिंबीर सर्व मिसळून एकजीव करा. सारणाचे व पिठाचे आठ ते दहा समान गोळे करा.

५) एका पिठाच्या गोळ्याची खोलगट पारी करून त्यात सारणाचा गोळा भरून उंडा करा व हलक्या हाताने किंचित जाडसर लाटा.

६) तापलेल्या तव्यावर पराठा टाका. त्यावर दोन्ही बाजूने तेल लावून मध्यम आचेवर सोनेरी रंगावर भाजा. भाजलेला पराठा वायर रॅकवर काढा.

टीप

शिजवलेली डाळ न वाटता तशीच घेऊन त्यात वरील साहित्याबरोबर थोडी धने-जिरे-बडीशेपपूड व गरम मसाला मिसळून स्टफिंग बनवा. त्याचे पुरीच्या आकाराचे पराठे बनवा. यांना 'कचोरी पराठा' किंवा 'बेक्ड कचोरी'ही म्हणू शकता.

सोया खिमा पराठा

साहित्य :

सारणासाठी : २ वाट्या सोया नगेट्स, १ मोठा कांदा, २ मध्यम टोमॅटो, २ टी स्पून आलं-लसूण पेस्ट, चवीनुसार मीठ, कांदा-लसूण मसाला, १ टी स्पून तेल, खोवलेलं खोबरं, कोथिंबीर, लिंबाचा रस

पारीसाठी : २ वाट्या कणीक, अर्धी वाटी मैदा, अर्धा टी स्पून मीठ, २ टे. स्पून तेल, पाणी, १ टे. स्पून बेसन पीठ

कृती :

१) पारीचे साहित्य एकत्र करून पाण्याने भिजवा. अर्धा तास झाकून ठेवा.

२) नगेट्स १५ मिनिटे पाण्यात भिजवून ठेवा. नंतर थोडं दाबून त्यातले पाणी काढून टाका. नगेट्स मिक्सरच्या भांड्यात काढा. त्यात कांदा-टोमॅटोचे मोठे तुकडे, आलं-लसूण पेस्ट, मीठ, मसाला घालून खिम्याप्रमाणे जाडसर वाटा. त्यात तेल मिसळून परता किंवा ४-५ मिनिटे मायक्रोवेव्ह करून खिमा कोरडा होईपर्यंत शिजवा. नंतर त्यात खोबरं, कोथिंबीर, लिंबाचा रस मिसळा. गार करून वापरा.

३) पिठाच्या लहान पारीत पिठाच्या दीडपट स्टफिंग भरून पराठा थोडा जाडसर लाटा. तव्यावर टाकून दोन्ही बाजूने तेल लावून मध्यम आचेवर हलक्या ब्राऊन रंगावर भाजा.

४) भाजलेला पराठा वायर रॅकवर काढा. सॉस किंवा दह्याबरोबर गरम सर्व्ह करा.

टीप

सोया नगेट्सऐवजी सोया फ्लेक्स किंवा सोया खिमाही वापरू शकता. तोही वरीलप्रमाणे पाण्यात १५ मिनिटे भिजवून, नंतर पाणी काढून वरील पद्धतीने वापरा.

रुचिपालट

खिमा पराठ्यामध्ये खालीलप्रमाणे थोडेफार बदल करून आणखी काही वेगळ्या चवींचे व स्वादांचे पराठे बनवू शकता.

- **सोया–पनीर पराठा :** सोया खिम्याच्या वाटलेल्या मिश्रणात वाटीभर पनीरचा चुरा मिसळा. कांदा–लसूण मसाल्याऐवजी तिखट, धने–जिरेपूड वापरा. मिश्रण गॅसवर किंवा मायक्रोवेव्हमध्ये परतून स्टफिंग बनवा.
- **सोया–तोफू पराठा :** सोया खिम्याच्या वाटलेल्या मिश्रणात वाटीभर तोफू म्हणजे सोया पनीरचा चुरा मिसळा. कांदा– लसूण मसाल्याऐवजी चिली फ्लेक्स, जिरेपूड व मिरेपूड वापरा. मिश्रण गॅसवर किंवा मायक्रोवेव्हमध्ये परतून स्टफिंग बनवा. सोया नगेट्रस आणि तोफू दोन्ही सोयाबीनचेच असल्याने थोडे उग्र आणि कडवट चवीचे असतात. त्यांची चव सौम्य करण्यासाठी त्यात मिश्रणाच्या निम्मा उकडलेला बटाटा मॅश किंवा ब्रेड क्रम्स मिसळा.
- **सोया–कॉर्न पराठा :** भिजवलेल्या सोया नगेट्समध्ये वाटीभर स्वीटकॉर्न (ताजे), चमचाभर जिरे, थोड्या प्रमाणात आलं–लसूण–मिरची, मीठ, साखर मिसळून मिक्सरमधून जाडसर वाटा. गॅसवर किंवा मायक्रोवेव्हमध्ये परता. तयार मिश्रणात कोथिंबीर व लिंबाचा रस मिसळा.

- **सोया–मटार पराठा :** भिजवलेल्या सोया नगेट्समध्ये वाटीभर ताजे मटार, जिरे, आलं–लसूण मिरची, मीठ, गरम मसाला मिसळून मिक्सरमधून जाडसर वाटा. गॅसवर किंवा मायक्रोवेव्हमध्ये परतून स्टफिंग बनवा. तयार स्टफिंगमध्ये कोथिंबीर, ओलं खोबरं, लिंबाचा रस मिसळा.

मेथी पराठा

साहित्य :
३–४ वाट्या चिरलेली मेथी, २ वाट्या कणीक, पाव वाटी डाळीचे पीठ, अर्धा टी स्पून लसूण पेस्ट (ऐच्छिक), ३ टे. स्पून तेल, पाव टी स्पून हिंग, मीठ–तिखट (चवीनुसार), अर्धा टी स्पून साखर, अर्धा टी स्पून लिंबाचा रस, १ टे. स्पून कसूरी मेथी (ऐच्छिक), अर्धा टी स्पून हळद

कृती :
१) चिरलेल्या मेथीत तिखट, मीठ, हळद, हिंग मिसळून १० मिनिटे तसेच ठेवा. नंतर त्यात १ टी स्पून तेल मिसळा.
२) कणीक व डाळीचे पीठ एकत्र मिसळून ते चिरलेल्या भाजीत मावेल एवढे हळूहळू मिसळा. तेलाच्या हाताने मळून लगेचच पराठे करा.
३) तापलेल्या तव्यावर मध्यम आचेवर पराठा दोन्ही बाजूंवर चमच्याने तेल सोडून सोनेरी रंगावर आणि भाजीचा खमंग वास येईपर्यंत भाजा.

हा पराठा गरम किंवा गार कसाही वापरता येतो. बरोबर दही किंवा दह्यातील काकडी, गाजर, कांदा टॉमटोचा रायता, टोमॅटो सॉस सर्व्ह करा.
डब्यात किंवा प्रवासात न्यायला उत्तम. व्यवस्थित खरपूस भाजलेला असल्यास हा पराठा दोन–तीन दिवस टिकतो.

मेथी पराठा : प्रकार २
प्रथम २ टे. स्पून तेलाच्या फोडणीत चिरलेली मेथी, तिखट, मीठ घालून थोडे परता. गार झाल्यावर त्यात मावेल एवढी कणीक व डाळीचे पीठ मिसळा. तेलाच्या हाताने मळून लगेचच पराठे करा.

मेथी पराठा : प्रकार ३
साहित्य :
सारणासाठी : २ वाट्या चिरलेली मेथी, १ टे. स्पून तेलातील मोहरी, हळद, हिंग, जिरे घालून केलेली फोडणी, चवीनुसार मीठ–तिखट–साखर–लिंबू, १ टी स्पून लसूण पेस्ट (ऐच्छिक), ४ टे. स्पून डाळीचे पीठ, १ टे. स्पून गव्हाचे पीठ, तेल.
पारीसाठी : पराठ्याची भिजवलेली कणीक

कृती :

१) सारणाचे सर्व साहित्य पॅनमध्ये एकत्र मिसळा. त्यावर पाणी शिंपडून झाकून दोन वाफा द्या. हलवून ५ मिनिटे झाकून ठेवा.
किंवा
मायक्रोवेव्हमध्ये काचेच्या भांड्यात सारणाचे मिश्रण घ्या. त्यावर पाणी शिंपडून झाकून हाय पॉवरवर ३ मिनिटे घ्या. ५ मिनिटांनी बाहेर काढा. थोडे गार झाल्यावर सारण हलक्या हाताने थोडे मळून लहान एकसारख्या आकाराचे गोळे करा.

२) सारणाच्या गोळ्याच्या निम्म्या आकाराची कणकेची गोळी घ्या. त्यात सारण भरून उंडा बंद करा. पोळीपेक्षा किंचित जाडसर पराठा लाटा.

३) मध्यम आचेवर पराठा दोन्ही बाजूने तेल लावून हलक्या ब्राऊन रंगावर भाजा.

टीप

या पराठ्यासाठी मेथीची पीठ पेरून भाजी करताना त्यात नुसते डाळीचे पीठ व कणीक वापरण्याऐवजी हरभरा डाळ, तूर डाळ, उडीद डाळ, तांदूळ, गहू, नाचणी, सोया आदींचे मिश्रपीठ वापरल्यास पराठा अधिक पौष्टिक होईल. (सर्व पिठे समप्रमाणात घ्यावीत.)

पालक पराठा : प्रकार १

चिरलेल्या पालकात आलं-लसूण-मिरची पेस्ट, जिरेपूड, मीठ, हळद, किंचित साखर, हिंग व तेलाचे मोहन घालून त्यात कणीक भिजवा. मेथी पराठा प्रकार १ प्रमाणे पराठे करा.

पालक पराठा : प्रकार २

चिरलेला पालक, २ चमचे तेलाची फोडणी व बाकी सर्व साहित्य एकत्र मिसळून पॅनमध्ये थोडे परता. त्यात कणीक भिजवा. मेथी पराठा प्रकार २ प्रमाणे पराठे करा.

पालक पराठा : प्रकार ३

पालकात तिखट, मीठ, साखर, आलं-लसूण पेस्ट व डाळीचे पीठ मिसळून तेलावर थोडी परतून भाजी करा. ही भाजी कणकेच्या पारीत स्टफ करून मेथी पराठा प्रकार ३ प्रमाणे पराठे करा.

मेथी-पालक पराठा

नुसती मेथी किंवा नुसता पालक न वापरता दोन्ही भाज्या वापरून वरील तिन्हींपैकी कोणत्याही प्रकारे पराठे करा.

रुचिपालट

- राजगिरा, माठ, करडई, शेवग्याचा पाला आदी भाज्यांचेही वरीलप्रमाणे कोणत्याही प्रकारे पराठे उत्तम होतात. भाज्यांच्या उग्रपणानुसार भाजीचे प्रमाण कमीअधिक करावे. उग्र भाज्या असल्यास नुसत्या चिरलेल्या भाजीत पीठ न भिजवता त्यासाठी थोडे पाणीही वापरावे. चवीसाठी त्यात आलं-लसूण पेस्ट, कांदा, धने-जिरे पूड, चाट मसाला; तर भाजीला सौम्यपणा आणण्यासाठी खोबरं, कोथिंबिरीचा वापर करावा.
- मुलांनीही हे पराठे म्हणजेच त्यातील भाज्या आवडीने खाव्यात यासाठी पराठा भाजून झाल्यावर तव्यावर असतानाच त्यावर किसलेले चीज / पनीर पसरवावे. चीज वितळल्यावर पराठ्याचा लुक बदलतो.

मेथी गार्लिक पराठा

साहित्य :

सारणासाठी : २ वाट्या बारीक चिरलेली मेथी, २ टे. स्पून बारीक चिरलेला लसूण, मीठ, तिखट, हळद, लिंबू रस, १ टे. स्पून तेल

पारीसाठी : २ वाट्या कणीक, पाव चमचा मीठ, १ टे. स्पून तेल

कृती :

१) कृती क्र. १ व २ मेथी पनीर पराठ्याप्रमाणे

२) कणकेच्या लहान गोळ्याची मध्ये जाड व कडेने पातळ पोळी लाटा. मधल्या भागात कणकेच्या गोळ्याच्या निम्मे सारण पसरा. बाजूची पोळी त्यावर चौकोनी किंवा गोल आकारात दुमडून सारण पूर्ण झाका. हलक्या हाताने पराठा थोडासाच लाटा.

३) तव्यावर तेल सोडून मध्यम आचेवर दोन्ही बाजूने खरपूस भाजा. बरोबर दह्यातले सॅलड द्या.

टीप

या सारणात लसूण भरपूर असल्याने सारण कमी प्रमाणात वापरा.

मेथी कॉर्न पराठा

साहित्य :

सारण : २ वाट्या चिरलेली मेथी, १ वाटी स्वीट कॉर्न (ताजे), १ टे. स्पून तेलातील मोहरी, हळद, हिंग, जिरे घालून केलेली फोडणी, चवीनुसार मीठ–तिखट–साखर–लिंबाचा रस

पारी : पराठ्याची भिजवलेली कणीक

कृती :

१) मक्याचे दाणे मिक्सरमधून जाडसर वाटून ते चिरलेल्या मेथीत मिसळा. त्यात सारणाचे सर्व साहित्य मिसळा. सारण कोरडे होईपर्यंत झाकून गॅसवर किंवा मायक्रोवेव्हमध्ये ४–५ मिनिटे शिजवा. मध्ये १–२ वेळा हलवा.

२) कणकेच्या लिंबाएवढ्या गोळीत सारणाची दुप्पट आकाराची गोळी भरून उंडा बंद करा व पोळीपेक्षा थोडा जाड लाटा.

३) तव्यावर तेल सोडून मध्यम आचेवर दोन्ही बाजूने खरपूस भाजा.

रुचिपालट

- **मेथी–मटार पराठा :** वरील सारणात स्वीट कॉर्नऐवजी ताजे मटार जाडसर वाटून मिसळा. दिलेल्या कृतीनुसार पराठे बनवा.
- **मेथी–मूग पराठा :** वरील सारणात स्वीट कॉर्नऐवजी भिजवलेली मूगडाळ मिसळा किंवा मिक्सरमधून जाडसर वाटलेले मोडाचे मूग, मिरची–लसूण पेस्ट मिसळा. दिलेल्या कृतीनुसार पराठे बनवा.

मेथी पनीर पराठा

साहित्य :

सारणासाठी : २ वाट्या बारीक चिरलेली मेथी, २ वाट्या बारीक चुरलेले पनीर, मीठ, मिरेपूड, तिखट, धने–जिरे पूड, चाट मसाला, १ टे. स्पून तेल

पारीसाठी : २ वाट्या कणीक, १ टे. स्पून कॉर्नफ्लोअर, पाव टी स्पून मीठ, १ टे. स्पून तेल

कृती :

१) पारीचे साहित्य एकत्र करून पाण्याने भिजवा. अर्धा तास झाकून ठेवा.
२) तेलात मेथी जराशी परता. सारणाचे बाकी सर्व साहित्य मिसळा. हलक्या हाताने गोळे करता येतील इतपत मळून मऊ करा.
३) कणकेचा लहान गोळा घ्या. त्यात तेवढाच सारणाचा गोळा भरून उंडा बंद करा व पोळीपेक्षा थोडा जाड पराठा लाटा.
४) तव्यावर दोन्ही बाजूने तेल सोडून मध्यम आचेवर खरपूस, सोनेरी रंगावर भाजा.

मूली का पराठा

साहित्य :

२ वाट्या मुळ्याचा पाला आणि अर्धी वाटी कोथिंबीर (बारीक चिरून), १ टी स्पून लसूण पेस्ट, चवीनुसार मीठ–साखर–लिंबू, अर्धा टी स्पून जिरेपूड, अर्धा टी स्पून हळद, चिमूटभर हिंग, २ टे. स्पून तेल, २ वाट्या कणीक, पाव वाटी डाळीचे पीठ, तीळ (ऐच्छिक).

कृती :

१) दोन्ही पिठे एकत्र मिसळा.
२) उरलेले सर्व साहित्य एकत्र मिसळा. त्यात मावेल एवढे पीठ भिजवून लगेचच पराठे करा.
३) पराठा थोडासा लाटून झाल्यावर त्यावर तीळ पसरून पोळीपेक्षा किंचित जाड लाटा.
४) भाजताना तव्यावर तेल सोडून मध्यम आचेवर दोन्ही बाजूने खरपूस भाजा.

मूली का पराठा : प्रकार २

साहित्य :

सारणासाठी : २ वाट्या मुळ्याचा कीस, १ वाटी भिजवलेली मूगडाळ, चवीनुसार मीठ–तिखट–साखर, १ टे. स्पून कोथिंबीर, १ टे. स्पून फोडणी

पारीसाठी : २ वाट्या मुळ्याचा बारीक चिरलेला पाला, कणीक, पाव टी स्पून हळद, पाव टी स्पून मीठ, २ टे. स्पून तेल

कृती :

१) पारीचे सर्व साहित्य एकत्र मिसळून भिजवा (पाणी शक्यतो वापरू नका).
२) सारणाचे सर्व साहित्य एकत्र मिसळून कोरडे होईपर्यंत परता किंवा मायक्रोवेव्ह करा.
३) कणकेच्या लहान गोळ्यात तेवढाच सारणाचा गोळा भरून गोल किंवा पाकीट पराठा बनवा.
४) तव्यावरच तेल सोडून मध्यम आचेवर सोनेरी रंगावर भाजा.

कांदापात पराठा

साहित्य :

२ वाट्या बारीक चिरलेली कांदापात, अर्धी वाटी बारीक चिरलेली कोथिंबीर, अर्धा चमचा जिरे, मीठ–तिखट–साखर (चवीनुसार), कणीक, २ टे. स्पून तेल

कृती :

१) सर्व साहित्य एकत्र करून त्यात मावेल एवढी कणीक भिजवा.

२) लगेचच पोळीपेक्षा किंचित जाड पराठा लाटा.

३) मध्यम आचेवर तव्यावर दोन्ही बाजूने तेल सोडून खरपूस भाजा.

कांदापात पराठा : प्रकार २

वरील साहित्यातील कणकेखेरीज बाकी सर्व साहित्य एकत्र मिसळा. त्यात अर्धी वाटी डाळीचे पीठ व १ टे. स्पून कणीक मिसळा. पॅनमध्ये किंवा मायक्रोवेव्हमध्ये थोडे परतून पीठ पेरलेली भाजी करून घ्या. भाजीचे लहान गोळे करून ते भिजवलेल्या पराठ्याच्या कणकेच्या पारीत भरून पराठे बनवा. मध्यम आचेवर तव्यावर तेल सोडून सोनेरी रंगावर भाजा.

कांदापात पराठा : प्रकार ३

साहित्य :

१) चिरलेल्या कांदापातीमध्ये भिजवलेली कणीक

२) पनीरचा चुरा, मीठ, जिरे–मिरेपूड, चाट मसाला

कृती :

१) पनीरच्या चुऱ्यात मीठ, जिरे–मिरेपूड, चाट मसाला मिसळून सारण बनवा. लहान आकाराच्या गोळ्या करा.

२) कणकेच्या लहान पारीत पनीरची गोळी भरून पराठा लाटा.

३) तव्यावरच तेल सोडून मध्यम आचेवर खरपूस भाजा.

- या पराठ्याबरोबर टोमॅटो सॉस सर्व्ह करा.

पुदिना पराठा

साहित्य :
प्रत्येकी १ वाटी पुदिना, कोथिंबीर (बारीक चिरून), १ टी स्पून आलं–मिरची पेस्ट, चवीनुसार मीठ, चिमूटभर साखर, अर्धा टी स्पून लिंबाचा रस, २ टे. स्पून तेल, २ वाट्या कणीक, २ टे. स्पून डाळीचे पीठ

कृती :
१) सर्व साहित्य एकत्र मिसळा. लागेल तसे पाणी वापरून कणीक भिजवा. लगेचच पराठे करायला घ्या.
२) पोळीपेक्षा किंचित जाड पराठा लाटा. तव्यावर तेल सोडून मध्यम आचेवर दोन्ही बाजूने सोनेरी रंगावर भाजा.

अजवाईन पराठा

साहित्य :
प्रत्येकी १ वाटी ओव्याची पाने, कोथिंबीर (बारीक चिरून), १ टी स्पून आलं–मिरची पेस्ट, चवीनुसार मीठ–साखर, लिंबाचा रस, अर्धा टी स्पून जिरेपूड, पाव टी स्पून मिरेपूड, २ वाट्या कणीक, २ टे. स्पून तेल

बाकी सर्व कृती पुदिना पराठ्याप्रमाणे.

पुदिना/अजवाईन पराठा

१) पुदिन्याची किंवा ओव्याच्या पानांची मिरची, आले, मीठ, लिंबू, ओलं खोबरं, कोथिंबीर, जिरे घालून चटणी वाटा. चटणी जास्त ओलसर वाटल्यास, त्यात वाटताना थोडे ओट्स किंवा बदाम पूड मिसळा.
२) कणकेच्या कमी भाजलेल्या दोन एकसारख्या पातळ पोळ्यांच्या मध्ये चटणी पसरा व पोळ्या दाबून बसवा. तव्यावरच दोन्ही बाजूने तेल सोडून मंद आचेवर पराठा सोनेरी रंगावर भाजा.

डिल गार्लिक पराठा

साहित्य :
प्रत्येकी १ वाटी शेपू, कोथिंबीर (चिरून), २ टी स्पून लसूण पेस्ट, अर्धा टी स्पून मिरची पेस्ट, चवीनुसार मीठ, पाव टी स्पून हळद, जिरेपूड, २ टे. स्पून तेल, २ वाट्या कणीक

कृती :
१) सर्व साहित्य एकत्र मिसळा. लागेल तसे पाणी वापरून कणीक भिजवा. लगेचच पराठे करायला घ्या.
२) पोळीपेक्षा किंचित जाड पराठा लाटा. तव्यावरच दोन्हीकडे तेल सोडून मध्यम आचेवर सोनेरी रंगावर खरपूस भाजा.

बेसिल (तुळस) पराठा

साहित्य :
सारण : १ वाटी तुळशीची ताजी पाने, ५-६ लसूण पाकळ्या, २-३ हिरव्या मिरच्या, मीठ, मिरेपूड, ओरेगानो, पाव वाटी पाईन नट्स किंवा बदाम पूड
पारीसाठी : २ वाट्या कणीक, पाव वाटी मैदा, पाव टी स्पून मीठ, मिरेपूड, अर्धा टी स्पून ड्राय बेसिल, २ टे. स्पून ऑलिव्ह ऑईल

कृती :
१) पारीचे साहित्य एकत्र करून पाण्याने भिजवा. अर्धा तास झाकून ठेवा.
२) सारणाच्या साहित्याची मिक्सरमधून पेस्तो (चटणी) वाटा.
३) कणकेच्या लहान गोळ्याची लंबगोल आकाराची पोळी लाटा. तिची लांब बाजू मध्यात चिमटून बो तयार करा, त्यावर दोन्ही गोलांवर तेल लावा. बेसिल पेस्तो पसरा व दोन्ही गोल एकमेकांवर ठेवून गोल लाटी करा. पोळीपेक्षा किंचित जाड पराठा लाटा.
४) तव्यावर दोन्ही बाजूने तेल सोडून सोनेरी रंगावर भाजा.

रुचिपालट
तुळशीऐवजी ओलं खोबरं, लसूण-ओलं खोबऱ्याच्या चटण्या वापरून याच पद्धतीने चटणी पराठे बनवू शकता.

आलू पराठे

आलू पराठा

साहित्य :

सारणासाठी : २ मोठे उकडलेले बटाटे, २ टी स्पून आलं–लसूण–मिरची पेस्ट, मीठ–साखर–लिंबू रस (चवीनुसार), २ टे. स्पून बारीक चिरलेली कोथिंबीर

पारीसाठी : २ वाट्या कणीक, पाव टी स्पून मीठ, १ टे. स्पून तेल, पाव टी स्पून ओवा

कृती :

१) बटाट्याची साले काढून किसून त्यात सारणाचे बाकी सर्व साहित्य मिसळा. थोडे मळून त्याचे सात–आठ सारख्या आकाराचे गोळे करून झाकून ठेवा.

२) पारीचे साहित्य एकत्र करून पाण्याने साध्या पोळीच्या कणकेप्रमाणे भिजवा. मळून अर्धा तास झाकून ठेवा.

३) सारणाच्या गोळ्यापेक्षा थोडा लहान कणकेचा गोळा घ्या. त्याची खोलगट पारी करून त्यात सारणाचा गोळा भरून उंडा बंद करा. हलक्या हाताने सारख्या जाडीचा लाटा.

४) पराठा लाटायला घेतानाच तवा गॅसवर तापत ठेवा. तापल्यावर गॅस बारीक करून ठेवा. लाटलेला पराठा तव्यावर टाका. १५–२० सेकंदात पराठा तव्यावर सरकायला लागल्यावर लगेच उलटा. तव्यावर तेल सोडून मध्यम आचेवर दोन्ही बाजूने खरपूस भाजा. भाजलेला पराठा वायर रॅकवर काढा. गरम सर्व्ह करा किंवा गार झाल्यावर डब्यात भरा.

टीप

१) पराठा भाजताना तवा जळलेल्या पिठाने खराब झालेला असल्यास तो आधी टिश्यू पेपरने किंवा स्वच्छ कापडाच्या लहानशा तुकड्याने पुसून घेऊन नंतर त्यावर पुढचा लाटलेला पराठा टाका, म्हणजे पुढच्या पराठ्यांना जळक्या पिठाचा किंवा तेलाचा वास लागत नाही.

२) कधीकधी बटाट्याच्या जातीनुसार सारण चिकट किंवा ओलसर होते, त्यामुळे पराठा नीट लाटता येत नाही. अशा वेळी सारण थोडे परतून किंवा मायक्रोवेव्ह करून घ्या.

३) मायक्रोवेव्हमध्ये उकडलेले बटाटे कधीच फार ओले किंवा चिकट होत नाहीत. त्यामुळे घरात मायक्रोवेव्ह असल्यास पराठ्यांसाठी बटाटे मायक्रोवेव्हमधेच उकडून घ्यावेत म्हणजे पराठे व्यवस्थित लाटता येतील.

मायक्रोवेव्हमध्ये बटाटे उकडणे :

४ मध्यम आकाराचे बटाटे घ्या. त्यावर सुरीने ४–५ ठिकाणी टोचे देऊन ते मायक्रोवेव्ह सेफ काचेच्या किंवा प्लास्टिकच्या भांड्यात ठेवा. त्यावर भरपूर पाणी शिंपडा. झाकून हाय

पॉवरवर ४ मिनिटे द्या. नंतर भांडे बाहेर काढून थोडे हलवा व बटाट्यांवर पुन्हा थोडे पाणी शिंपडा. त्यानंतर गरजेनुसार आणखी १-२ मिनिटे मायक्रोवेव्ह करा. ५-६ मिनिटांच्या स्टँडिंग टाइमनंतर बाहेर काढा.

आलू पराठा : प्रकार २

उकडलेला बटाटा मॅश, आलं-लसूण-मिरची पेस्ट, मीठ, साखर, लिंबाचा रस, बारीक चिरलेली कोथिंबीर व १ टे. स्पून तेल असे सर्व एकत्र मळून एकजीव करा. त्यात मावेल एवढीच कणीक मिसळून लगेचच पराठे करा.

बटाट्याचे अति सैल व चिकट सारण झाल्यास पराठा लाटता येत नाही. अशा वेळी ही पद्धत वापरा.

आलू-मेथी पराठा

साहित्य :

सारणासाठी : २ मोठे उकडलेले बटाटे, २ टी स्पून आलं-लसूण मिरची पेस्ट, चवीनुसार मीठ-साखर-लिंबू रस, २ टे. स्पून बारीक चिरलेली कोथिंबीर

पारीसाठी : २ वाट्या बारीक चिरलेली मेथी, पाव टी स्पून मीठ, हळद, १ टे. स्पून तेल, कणीक

कृती :

१) बटाट्याची साले काढून किसून त्यात सारणाचे बाकी सर्व साहित्य मिसळा. थोडे मळून त्याचे सात-आठ सारख्या आकाराचे गोळे करून झाकून ठेवा.

२) मेथी तेल, मीठ, हळद मिसळून त्यात मावेल एवढीच कणीक मिसळा. थोडा वेळ झाकून ठेवा म्हणजे कणीक मऊ होईल.

३) कणकेच्या लहान गोळ्याची खोलगट पारी करून त्यात सारणाचा गोळा भरून हलक्या हाताने सगळीकडून सारख्या जाडीचा पराठा लाटा.

४) पराठा लाटायला घेतानाच तवा तापत ठेवा. तापल्यावर गॅस बारीक करून ठेवा. लाटलेला पराठा तव्यावर टाका. तेल सोडून मध्यम आचेवर दोन्ही बाजूने सोनेरी रंगावर भाजा. भाजलेला पराठा वायर रॅकवर काढा. गरम सर्व्ह करा किंवा गार झाल्यावर डब्यात भरा.

आलू मेथी पराठा : प्रकार २

साहित्य :

सारणासाठी : २ मोठे उकडलेले बटाटे, २ वाट्या बारीक चिरलेली मेथी, २ टी स्पून आलं-लसूण-मिरची पेस्ट, चवीनुसार मीठ-साखर-लिंबाचा रस, २ टे. स्पून बारीक चिरलेली कोथिंबीर

पारीसाठी : २ वाट्या कणीक, पाव टी स्पून मीठ, अर्धा टी स्पून हळद, १ टे. स्पून तेल

कृती :

१) मेथी, आलं-लसूण-मिरची पेस्ट, मीठ, साखर टाकून तेलात थोडी परता किंवा मायक्रोवेव्ह करा. त्यात बटाटा मॅश, लिंबाचा रस व कोथिंबीर मिसळून त्याचे सात-आठ सारख्या आकाराचे गोळे करून झाकून ठेवा.

२) पारीचे साहित्य एकत्र करून पाण्याने साध्या पोळीच्या कणकेप्रमाणे भिजवा. मळून अर्धा तास झाकून ठेवा.

३) कणकेच्या लहान गोळ्याची खोलगट पारी करून त्यात सारणाचा गोळा भरून हलक्या हाताने सगळीकडून सारख्या जाडीचा पराठा लाटा.

४) पराठा लाटायला घेतानाच तवा तापत ठेवा. तापल्यावर गॅस बारीक करून ठेवा. लाटलेला पराठा तव्यावर टाका. तेल सोडून मध्यम आचेवर दोन्ही बाजूने सोनेरी रंगावर भाजा. भाजलेला पराठा वायर रॅकवर काढा. गरम सर्व्ह करा किंवा गार झाल्यावर डब्यात भरा.

रुचिपालट

- **आलू-धनिया पराठा - प्रकार १ :** आलू मेथी पराठा - प्रकार १ प्रमाणे मेथीऐवजी चिरलेल्या कोथिंबिरीत तेल, मीठ, हळद मिसळून त्यात कणीक भिजवा व बटाट्याचे सारण भरून पराठे करा.
- **आलू-धनिया पराठा - प्रकार २ :** उकडलेले बटाटे कुस्करून त्यात आलं-लसूण-मिरची पेस्ट, मीठ, साखर, लिंबू रस व बारीक चिरलेली भरपूर कोथिंबीर मिसळून सारण बनवा व ते कणकेच्या पारीत भरून पराठा लाटा.
- **आलू-पुदिना पराठा :** उकडलेले बटाटे कुस्करून त्यात थोडेसे आलं-लसूण-मिरची व भरपूर पुदिन्याची वाटलेली पेस्ट, मीठ, साखर, लिंबू रस मिसळून सारण बनवा व ते कणकेच्या पारीत भरून पराठा लाटा.

आलू-पालक पराठा

साहित्य :

सारणासाठी : २ वाट्या बारीक चिरलेला पालक, १ मोठा बटाटा, १ टी स्पून लसूण-मिरची पेस्ट, चवीनुसार मीठ, लिंबू, किंचित साखर, प्रत्येकी पाव टी स्पून जिरेपूड, मिरेपूड, १ टे. स्पून तेल

पारीसाठी : २ वाट्या कणीक, २ टे. स्पून डाळीचे पीठ, अर्धा टी स्पून मीठ, १ टे. स्पून तेल, पाणी

कृती :

१) पारीचे साहित्य एकत्र मिसळून पाण्याने मऊसर भिजवा. मळून अर्धा तास झाकून ठेवा.

२) बटाटा अर्धवट शिजवून किसून बाजूला ठेवा.

३) सारणाचे बाकी सर्व साहित्य एकत्र मिसळून गॅसवर ३-४ मिनिटे परता व त्यात किसलेला बटाटा मिसळा.

४) कणकेच्या लहान गोळ्याची मध्ये जाड व कडेने पातळ पोळी लाटून त्यावर मध्यात सारण पसरा. बाजूची संपूर्ण कड मध्यापर्यंत दुमडून सारण झाकून घ्या. हलक्या हाताने जाडसर पराठा लाटा.

५) पराठा दोन्ही बाजूने प्रथम किंचित भाजून नंतर त्यावर दोन्ही बाजूने तेल लावून मध्यम आचेवर सोनेरी रंगावर भाजा.

आलू पालक पराठा : प्रकार २

कणकेत चिरलेला पालक, मीठ व थोडी लसूण पेस्ट घालून मळा. उकडलेला बटाटा मॅशमध्ये तिखट, मीठ, लिंबू-साखर मिसळून स्टफिंग तयार करा. स्टफिंगचा गोळा कणकेच्या पारीत भरून पराठा करा.

आलू-पालक-दुधी पराठा

१) २ वाट्या चिरलेला पालक व १ वाटी दुधीचे तुकडे पाणी न घालता झाकून वाफवा. गार झाल्यावर मिक्सरमधून पेस्ट करा. त्यात अर्धा चमचा मीठ व २ टे. स्पून तेल घाला. त्यात मावेल एवढीच कणीक भिजवा.

२) उकडलेल्या बटाटा मॅशमध्ये मीठ, तिखट, लिंबू, साखर, आलं-लसूण पेस्ट मिसळून स्टफिंग तयार करा. हे स्टफिंग कणकेच्या पारीत भरा. पराठा थोडा लाटून झाल्यावर वर थोडे तीळ पसरा व पराठा लाटून पूर्ण करा. तव्यावर तेल सोडून भाजा. तिळामुळे पराठा खमंग लागतो.

आलू-गोभी पराठा

साहित्य :

सारण : २ मोठे उकडलेले बटाटे, २ वाट्या बारीक चिरलेला कोबी, २ टी स्पून आलं-लसूण-मिरची पेस्ट, चवीनुसार मीठ, साखर, लिंबू रस, १ टे. स्पून तेल, पाव टी स्पून हळद, पाव टी स्पून हिंग, २ टे. स्पून बारीक चिरलेली कोथिंबीर

पारी : २ वाट्या कणीक, पाव वाटी मैदा, पाव टी स्पून मीठ, १ टे. स्पून तेल

कृती :

१) पारीचे साहित्य एकत्र करून पाण्याने साध्या पोळीच्या कणकेप्रमाणे भिजवा. मळून अर्धा तास झाकून ठेवा.

२) सारणाचे- बटाटे, लिंबाचा रस व कोथिंबीर खेरीज- सर्व साहित्य एकत्र मिसळा. मिश्रण थोडे परता किंवा मायक्रोवेव्ह करा. त्यात बटाटा मॅश, लिंबू रस व कोथिंबीर मिसळून त्याचे सात-आठ सारख्या आकाराचे गोळे करून झाकून ठेवा.

३) कणकेच्या पारीत सारणाचा गोळा भरून सगळीकडून सारख्या जाडीचा पराठा लाटा.

४) पराठा लाटायला घेतानाच तवा तापत ठेवा. तापल्यावर गॅस बारीक करून ठेवा. लाटलेला पराठा तव्यावर टाका. तेल सोडून मध्यम आचेवर दोन्ही बाजूने सोनेरी रंगावर भाजा. भाजलेला पराठा वायर रॅकवर काढा. गरम सर्व्ह करा किंवा गार झाल्यावर डब्यात भरा.

रुचिपालट

- **आलू-फ्लॉवर पराठा :** कोबीऐवजी बारीक चिरलेल्या फ्लॉवरमध्ये आलं-लसूण-मिरची पेस्ट, मीठ, साखर मिसळून गॅसवर थोडे परता किंवा मायक्रोवेव्ह करा. त्यात बटाटा मॅश, लिंबाचा रस, कोथिंबीर मिसळून सारण बनवा. ते भरून पराठा बनवा.
- **आलू-गाजर पराठा :** कोबीऐवजी किसलेले गाजर, आलं-लसूण-मिरची पेस्ट, मीठ, साखर, थोडे तीळ एकत्र मिसळून गॅसवर थोडे परता किंवा मायक्रोवेव्ह करा. त्यात बटाटा मॅश, लिंबू रस, कोथिंबीर मिसळून सारण बनवा. ते भरून पराठा बनवा.
- **आलू-बीटरूट पराठा :** कोबीऐवजी किसलेले बीट, आलं-मिरची पेस्ट, मीठ, थोडी जिरेपूड एकत्र मिसळून गॅसवर थोडे परता किंवा मायक्रोवेव्ह करा. त्यात बटाटा मॅश, आमचूर पावडर, कोथिंबीर मिसळून सारण बनवा. ते भरून पराठा बनवा.

आलू-ओनियन-चीज पराठा

साहित्य :

सारणासाठी : २ मोठे बटाटे, अर्धी वाटी बारीक चिरलेली कांदापात, ४ टे. स्पून किसलेले चीज, अर्धा टी स्पून ओरेगानो, अर्धा टी स्पून चिली फ्लेक्स, चवीनुसार मीठ, मिरेपूड

पारीसाठी : २ वाट्या कणीक, ४ टे. स्पून मैदा, पाव टी स्पून मीठ, १ टे. स्पून तेल

कृती :

१) पारीचे साहित्य एकत्र करून पाण्याने साध्या पोळीच्या कणकेप्रमाणे भिजवा. मळून अर्धा तास झाकून ठेवा.

२) बटाटे गॅसवर किंवा मायक्रोवेव्हमध्ये २-३ मिनिटे ठेवून थोडेसेच शिजवा. नंतर पाण्यात टाकून गार करा व किसा. किसात चिरलेली कांदापात, किसलेले चीज, मीठ, मिरेपूड, ओरेगानो, चिली फ्लेक्स घालून फोर्कने हलवा म्हणजे सारण सुटे राहील.

३) कणकेच्या लहान गोळ्याची मध्ये जाड व कडेने पातळ पोळी लाटा. मधल्या जाड भागावर सारण पसरा. त्यावर कडेची पातळ पोळी चारी बाजूंनी मध्यापर्यंत दुमडून सारण पूर्ण झाका व हलक्या हाताने चौकोनी आकारात पराठा लाटा.

४) तव्यावर तेल सोडून मध्यम आचेवर दोन्ही बाजूने सोनेरी रंगावर भाजा. भाजलेला पराठा रॅकवर काढा. शक्यतो गरम सर्व्ह करा.

टीप

या पराठ्यात हिरव्या कांदापातीप्रमाणे पातीचा पांढरा कांदा वापरा. वेगळ्या रंगाचा व वेगळ्या स्वादाचा पराठा तयार होईल.

रुचिपालट

- **आलू गार्लिक चीज पराठा :** आलू ओनियन चीज पराठ्यात कांदापातीऐवजी बारीक चिरलेली लसूणपात किंवा लसूण पेस्ट वापरा.
- **आलू गार्लिक पनीर पराठा :** आलू गार्लिक चीज पराठ्यात लसूण पेस्ट व चीजऐवजी पनीर वापरा.
- **आलू ओनियन पनीर पराठा :** आलू ओनियन चीज पराठ्यात चीजऐवजी पनीर वापरा.
- **आलू ओनियन तोफू पराठा :** आलू ओनियन चीज पराठ्यात चीजऐवजी तोफू (सोया पनीर) वापरा.
- **आलू गार्लिक तोफू पराठा :** आलू गार्लिक चीज पराठ्यात चीजऐवजी तोफू वापरा.

तिरंगी पराठा

साहित्य :

सारणासाठी : ४ कमी उकडलेले बटाटे, २ वाट्या किसलेले चीज, चवीनुसार मीठ, मिरेपूड, अर्धा टी स्पून ओरेगानो, चिली फ्लेक्स, २ टे. स्पून बारीक चिरलेली कोथिंबीर

पारीसाठी : ३ वाट्या कणीक, २ टे. स्पून तेल, अर्धा टी स्पून मीठ, अर्धी वाटी किसलेले बीट, अर्धी वाटी किसलेले गाजर, अर्धी वाटी चिरलेला पालक

कृती :

१) कणकेत तेल, मीठ मिसळा. गाजर, बीट व पालक वाफवून त्यांची स्वतंत्र पेस्ट करा. १ वाटी कणीक गाजराच्या पेस्टमध्ये, १ वाटी बीटच्या पेस्टमध्ये व १ वाटी पालकाच्या पेस्टमध्ये भिजवून केशरी, लाल व हिरवा असे तीन रंगांचे गोळे तयार करा. अर्धा तास झाकून ठेवा.

२) बटाटे किसून त्यात सारणाचे बाकी साहित्य फोर्कने मिसळा.

३) सारणाचे प्रत्येक रंगाच्या कणकेचे चार समान भाग करा. प्रथम हिरव्या गोळ्यांच्या पोळ्या लाटून भाजून ठेवा. आता लाल व केशरी गोळ्याच्या तेवढ्याच आकाराच्या पातळ पोळ्या लाटा. गाजराच्या केशरी पोळीवर सारणाच्या एका भागातले निम्मे सारण पसरा. त्यावर पालकाची भाजलेली हिरवी पोळी ठेवा. त्यावर उरलेले निम्मे सारण पसरा. वर बीटाची लाल पोळी ठेवा. हाताने सगळीकडून दाबून पोळी नीट बंद करा.

४) तव्यावर तेल सोडून मंद आचेवर दोन्ही बाजूने सोनेरी रंगावर भाजा. पिझ्झाकटरने त्रिकोणी तुकडे करा. गरम पराठ्याबरोबर सॉस, दह्यातला कोणताही रायता सर्व्ह करा.

टीप

१) तिरंगी, दुरंगी पराठ्यांच्या पोळ्या एकसारख्या आकाराच्या होण्यासाठी लाटलेल्या पोळ्या ७–८ इंच व्यासाच्या डब्याच्या झाकणाने पुरीप्रमाणे कापून घ्या.

२) **रंगीत पराठ्याबरोबर सर्व्ह करण्यासाठी रंगीत दही :** दह्यात थोडे किसलेले बीटरुट, मीठ, जिरे–मिरेपूड मिसळून मलमलच्या कापडातून गाळून गुलाबी रंगाचे दही बनवा. दह्यात वाटलेला पुदिना–मिरची–कोथिंबीर, मीठ, जिरेपूड मिसळून मलमलच्या कापडातून गाळून हिरव्या रंगाचे दही बनवा.

रुचिपालट

- **मटार स्टफ्ड तिरंगी पराठा :** बटाट्याऐवजी ताजे मटार मिक्सरमधून जाडसर वाटा. त्यात मीठ, तिखट, जिरेपूड, आलं-लसूण पेस्ट, लिंबू मिसळा. तेलावर परतून स्टफिंग तयार करा. बाकी सर्व कृती तिरंगी पराठ्याप्रमाणे.
- **कॉर्न स्टफ्ड तिरंगी पराठा :** बटाट्याऐवजी ताजे स्वीट कॉर्न, हिरवी मिरची, जिरे, मीठ, साखर एकत्र मिसळून मिक्सरमधून जाडसर वाटा. तेलावर परतून स्टफिंग तयार करा. बाकी सर्व कृती तिरंगी पराठ्याप्रमाणे.
- **पनीर ॲण्ड चीज स्टफ्ड तिरंगी पराठा :** २ वाट्या किसलेले पनीर, १ वाटी किसलेले चीज, मीठ, मिरेपूड, चिली फ्लेक्स, चाट मसाला एकत्र करून स्टफिंग तयार करा. बाकी सर्व कृती तिरंगी पराठ्याप्रमाणे.
- **दुरंगी पराठा :** हव्या त्या दोन रंगांच्या पोळ्या व आवडीचे स्टफिंग वापरून दुरंगी पराठा बनवा.

पनीर-पोटॅटो पराठा

साहित्य :

सारणासाठी : २ उकडलेले बटाटे, १ वाटी पनीरचा चुरा, २ टी स्पून आलं-लसूण-मिरची पेस्ट, अर्धा टी स्पून धने-जिरे-मिरेपूड, पाव टी स्पून चाट मसाला, १ टे. स्पून बारीक चिरलेली कोथिंबीर

पारीसाठी : २ वाट्या कणीक, पाव टी स्पून मीठ, १ टे. स्पून तेल

कृती :

१) बटाटे कुस्करून त्यात सारणाचे सर्व साहित्य मिसळा. मळून गोळे करा.

२) कणकेत मीठ, तेल घालून पाण्याने भिजवा व अर्धा तास झाकून ठेवा. नंतर कणकेचा सारणापेक्षा थोडा लहान गोळा घेऊन त्यात सारणाचा गोळा भरून पराठा लाटा.

३) मध्यम आचेवर दोन्ही बाजूने तेल सोडून सोनेरी रंगावर भाजा.

रुचिपालट

- **तोफू-पोटॅटो पराठा :** पनीरऐवजी तोफू वापरा. बाकी सर्व साहित्य व कृती वरीलप्रमाणे. तोफू चवीला थोडे उग्र आणि कडवट वाटते. त्यामुळे निम्मे पनीर आणि निम्मे तोफू असेही वापरू शकता.

चायनीज स्टाईल व्हेज पराठा

साहित्य :

सारणासाठी : प्रत्येकी अर्धी वाटी कोबी, ढोबळी मिरची, कांदा, कांदापात (बारीक चिरून) आणि गाजर (किसून), दीड टी स्पून आलं-लसूण मिरची पेस्ट, मीठ, मिरेपूड, चिमूटभर साखर, अर्धा टी स्पून सोया सॉस, अर्धा टी स्पून व्हीनेगर, १ टे. स्पून तेल

पारीसाठी : २ वाट्या कणीक, पाव टी स्पून मीठ, २ टे. स्पून तेल

कृती :

१) १ टे. स्पून तेलात आलं-लसूण-मिरची १ मिनिट परता. त्यात कांदापातीखेरीज सर्व साहित्य मिसळून सारण कोरडे होईपर्यंत परता. शेवटी कांदापात मिसळून गार करा.
किंवा
सारणाचे कांदापातीखेरीज सर्व साहित्य एकत्र मिसळून कोरडे होईपर्यंत ३-४ मिनिटे हायवर मायक्रोवेव्ह करा नंतर कांदापात मिसळून गार करा.

२) मध्ये जाड व कडेने पातळ लाटलेल्या पोळीवर मध्यात सारण पसरा. कडेची पोळी मध्यापर्यंत दुमडून सारण पूर्ण झाका. हलक्या हाताने थोडी लाटा.

३) तव्यावर तेल सोडून मध्यम आचेवर दोन्ही बाजूने सोनेरी रंगावर भाजा.

तंदुरी पराठा

साहित्य :

स्टफिंगसाठी : प्रत्येकी १ वाटी फ्लॉवर, श्रावण घेवडा, ढोबळी मिरची (बारीक चिरून), २ टे. स्पून घट्ट दही, २ टे. स्पून बेसन पीठ, २ टी स्पून आलं-लसूण पेस्ट, तिखट, मीठ, गरम मसाला, कसूरी मेथी

पारीसाठी : २ वाट्या कणीक, पाव वाटी मैदा, अर्धी वाटी गोड दही, पाव टी स्पून मीठ, २ टे. स्पून तेल, कोमट पाणी

कृती :

१) पारीचे साहित्य एकत्र मिसळा. कोमट पाण्याने किंचित सैल भिजवा. तेलाच्या हाताने मळून २ तास झाकून ठेवा.

२) स्टफिंगचे सर्व साहित्य एकत्र मिसळून १५-२० मिनिटे फ्रीजमध्ये मुरवत ठेवा. नंतर गॅसवर परतून किंवा ५-७ मिनिटे मायक्रोवेव्ह करून साधारण कोरडे होईपर्यंत शिजवा.

३) मध्ये जाड व कडेने पातळ लाटलेल्या पोळीवर मध्यात सारण पसरा. कडेची पोळी मध्यापर्यंत दुमडून सारण पूर्ण झाका. हलक्या हाताने पराठा थोडा लाटा.

४) तापलेल्या तव्यावर गॅस कमी करून पराठा टाका. पराठ्याच्या दोन्ही बाजू एकेकदाच पटपट उलटा. नंतर पराठा तव्यावरून काढून वायर मेशवर ठेवा व गॅसवर जाळात दोन्ही बाजूने पूर्ण भाजा. वायर मेश नसल्यास फुलक्याच्या चिमट्याने धरून फुलक्याप्रमाणे जाळात दोन्ही बाजूने भाजा. वरून बटर लावून गरम सर्व्ह करा.

गोभी पराठा (कच्चे स्टफिंग)

साहित्य :

स्टफिंगसाठी : २ वाट्या बारीक चिरलेला कोबी, १–२ बारीक चिरलेल्या मिरच्या, २ टे. स्पून बारीक चिरलेली कोथिंबीर, अर्धा टी स्पून जिरे व चिमूटभर हिंग, मीठ, लिंबू, साखर चवीनुसार, ब्रेड क्रम्स किंवा पोह्यांचा चुरा

पारीसाठी : २ वाटी कणीक, पाव वाटी मैदा, पाव चमचा मीठ, १ टे. स्पून तेल, पाणी, पाव टी स्पून ओवा (ऐच्छिक)

कृती :

१) पारीचे साहित्य एकत्र करून पाण्याने साधारण घट्ट भिजवा. अर्धा तास झाकून ठेवा. नंतर मळून पिठाचे सारख्या आकाराचे चार–पाच गोळे करून झाकून ठेवा.

२) स्टफिंगचे सर्व साहित्य एकत्र मिसळा. ओलसरपणा जास्त वाटल्यास त्यात थोडा ब्रेड क्रम्स किंवा पोह्यांचा चुरा मिसळा व त्याचेही चार–पाच समान भाग करा.

३) मध्ये जाड व कडेने पातळ लाटलेल्या पोळीवर मध्यात सारण पसरा. कडेची पोळी मध्यापर्यंत दुमडून सारण पूर्ण झाका. हलक्या हाताने चौकोनी आकारातच लाटून पाकीट पराठा तयार करा.

४) तापलेल्या तव्यावर पराठा दोन्ही बाजूने किंचित भाजा. नंतर पराठ्याच्या दोन्ही बाजूंवर चमच्याने तेल पसरून मध्यम आचेवर दोन्ही बाजूने सोनेरी रंगावर भाजा.

५) तयार पराठा जाळीच्या रॅकवर ठेवा म्हणजे तो घामेजून भिजट होणार नाही. पराठा गरम किंवा गार सर्व्ह करा. बरोबर दही, सॅलड, सॉस, चटणी सर्व्ह करा.

फूलगोभी पराठा (कच्चे स्टफिंग)

साहित्य :

सारण : २ वाट्या किसलेला फ्लॉवर, २ टी स्पून आलं–लसूण–मिरची पेस्ट, २ टे. स्पून बारीक चिरलेली कोथिंबीर, मीठ–साखर–आमचूर पावडर (चवीप्रमाणे), चिमूटभर हिंग, पाव टी स्पून जिरेपूड

पारीसाठी : २ वाट्या कणीक, २ टे. स्पून मैदा, पाव चमचा मीठ, १ टे. स्पून तेल, पाव टी स्पून ओवा, पाणी

बाकी सर्व कृती गोभी पराठ्याप्रमाणे

बीटरूट पराठा (कच्चे स्टफिंग)

साहित्य :

स्टफिंगसाठी : २ वाट्या किसलेले बीट, १ टी स्पून आलं-मिरची पेस्ट, २ टे. स्पून बारीक चिरलेली कोथिंबीर, चवीनुसार मीठ, आमचूर पावडर, पाव टी स्पून गरम मसाला, १ टी स्पून कसूरी मेथी

पारीसाठी : २ वाट्या कणीक, पाव वाटी मैदा, पाव चमचा मीठ, १ टे. स्पून तेल, पाव टी स्पून मिरेपूड, पाणी

कृती :

१) पारीचे साहित्य एकत्र करून पाण्याने भिजवा. अर्धा तास झाकून ठेवा. नंतर मळून पिठाचे सारख्या आकाराचे सहा गोळे करून झाकून ठेवा.

२) बीटाचा कीस थोडा पिळून पाणी बाजूला काढा. नंतर त्यात स्टफिंगचे सर्व साहित्य मिसळा. पाणी काढूनही ओलसरपणा जास्त असल्यास त्यात ब्रेड क्रम्स मिसळा. स्टफिंगचे सहा समान भाग करा.

३) मध्ये जाड व कडेने पातळ लाटलेल्या पोळीवर मध्यात सारण पसरा. कडेची पोळी मध्यापर्यंत दुमडून सारण पूर्ण झाका. हलक्या हाताने चौकोनी आकारात लाटा.

४) तापलेल्या तव्यावर पराठा दोन्ही बाजूने किंचित भाजा. नंतर दोन्ही बाजूंवर ब्रशने तेल लावून मध्यम आचेवर सोनेरी रंगावर भाजा. गरम किंवा गार सर्व्ह करा.

टीप

बीटचे बाजूला काढलेले थोडेसे पाणी (शक्यतो विकतच्या) दह्यांत मिसळा. तसेच त्यात मीठ, जिरे-मिरेपूड मिसळा. गुलाबी रंगाचे हे दही पराठ्याबरोबर सर्व्ह करा.

(एका बीटरूटच्या पाण्यात अर्धा चमचा हळद मिसळून थोडे शिजवा. नैसर्गिक 'तंदूर कलर' मिळेल.)

पालक पनीर पराठा

साहित्य :

सारणासाठी : १ वाटी बारीक चिरलेला पालक, १ वाटी चुरलेले पनीर, चवीनुसार मीठ, मिरेपूड, लिंबू रस, पाव टी स्पून साखर, १ टी स्पून आलं-लसूण-मिरची पेस्ट, २ टे. स्पून बारीक चिरलेली कोथिंबीर

पारीसाठी : पराठ्याची भिजवलेली कणीक

कृती :

१) सारणाचे सर्व साहित्य एकत्र मिसळा. ओलसर वाटल्यास त्यात थोडे ब्रेड क्रम्स मिसळा.

२) मध्ये जाड व कडेने पातळ लाटलेल्या पोळीवर मध्यात सारण पसरा. कडेची पोळी मध्यापर्यंत दुमडून सारण पूर्ण झाका.हलक्या हाताने थोडेसेच लाटा.

३) तव्यावर तेल सोडून मध्यम आचेवर दोन्ही बाजूने सोनेरी रंगावर भाजा.
बरोबर दही किंवा दह्यातले सॅलड, सॉस सर्व्ह करा.

टीप

पालक चवीला थोडा कडवट आणि उग्र असतो. पनीर किंवा चीजमुळे तो सौम्य होतोच; पण पनीर-चीजबरोबर कमी उकडलेला बटाटा किसून सारणात मिसळल्यास पालकाचा उग्रपणा आणखी कमी होतो. पराठ्याला चवही चांगली येते.

वरील पालक पनीर किंवा पालक चीज-पराठा भाजल्यानंतर तव्यावर असतानाच वर किसलेले चीज पसरा. चीज वितळल्यावर पराठ्याचा 'लुक' बदलतो. या पराठ्याचे पिझ्झाकटरने सहा त्रिकोणी तुकडे करून सर्व्ह करा.

रुचिपालट

पालक-चीज पराठा : पनीरऐवजी किसलेले चीज वापरा. बाकी सर्व साहित्य व कृती वरीलप्रमाणे.

गाजर पराठा

साहित्य :

सारणासाठी : २ वाट्या किसलेले गाजर, २ टे. स्पून बारीक चिरलेली कोथिंबीर, २ चमचे तीळ, १ चमचा खसखस, चवीनुसार मीठ– तिखट–साखर, अर्धा टी स्पून आमचूर पावडर

पारीसाठी : २ वाट्या कणीक, २ टे. स्पून मैदा, अर्धा चमचा मीठ, २ चमचे तेल, पाणी

कृती :

१) पारीचे साहित्य एकत्र करून पाण्याने मऊसर भिजवा. मळून अर्धा तास झाकून ठेवा.

२) सारणाचे सर्व साहित्य एकत्र मिसळा. गाजराला पाणी सुटले असेल तर त्यात गरजेप्रमाणे ओट्स किंवा ब्रेड क्रम्स मिसळा.

३) मध्ये जाड व कडेने पातळ लाटलेल्या पोळीवर मध्यात सारण पसरा. कडेची पोळी मध्यापर्यंत दुमडून सारण पूर्ण झाका. हलक्या हाताने पराठा थोडासा लाटा.

४) तव्यावर पराठा प्रथम दोन्ही बाजूने किंचित भाजा. नंतर त्यावर दोन्ही बाजूने तेल सोडून मध्यम आचेवर सोनेरी रंगावर भाजा.

दुधी पराठा

साहित्य :

सारणासाठी : ३ वाट्या किसलेला दुधी, २ टे. स्पून बारीक चिरलेली कोथिंबीर, २ टी स्पून आलं–लसूण–मिरची पेस्ट, चवीनुसार मीठ–साखर–लिंबाचा रस, पाव टी स्पून प्रत्येकी ओवा, मिरेपूड, हळद, हिंग, २ टी स्पून तेल

पारीसाठी : २ वाट्या कणीक, २ टे. स्पून मैदा, अर्धा चमचा मीठ, २ चमचे तेल, पाणी

कृती :

१) पारीचे साहित्य एकत्र करून पाण्याने मऊसर भिजवा. मळून अर्धा तास झाकून ठेवा.

२) सारणाचे सर्व साहित्य एकत्र मिसळून कोरडे होईपर्यंत परता किंवा ४–५ मिनिटे मायक्रोवेव्ह करा.

परतल्यावरही जास्त ओलवर वाटल्यास त्यात ब्रेड क्रम्स किंवा ओट्सचा चुरा मिसळा.

३) कणकेच्या लहानशा खोलगट पारीत सारण भरून उंडा करून थोडा जाडसर पराठा लाटा. तसा लाटता न आल्यास पोळी लाटून त्यावर मध्यात सारण पसरून त्यावर कडेची पोळी मध्यापर्यंत दुमडून सारण पूर्ण झाका व हलक्या हाताने थोडासाच लाटा.

४) तव्यावर दोन्ही बाजूने तेल लावून पराठा मध्यम आचेवर सोनेरी रंगावर भाजा.

दुधी पराठा : प्रकार २

सारणाचे सर्व साहित्य एकत्र मिसळून त्यात मावेल एवढी कणीक भिजवा. त्याचे लगेचच पोळीप्रमाणे पातळ पराठे लाटा.

रुचिपालट

वरील दुधीच्या सारणात परतण्यापूर्वी भिजवलेली मुगाची डाळ जाडसर वाटून मिसळा व परता. त्यामुळे सारण आपोआप कोरडे व पौष्टिकही होते.

दुधी–मेथी पराठा

साहित्य :

सारणासाठी : १ वाटी किसलेला दुधी, १ वाटी चिरलेली मेथी, चवीनुसार मीठ, तिखट, साखर, लिंबू, अर्धा चमचा जिरेपूड, पाव चमचा हळद, १ टी स्पून आलं–लसूण पेस्ट, १ टे. स्पून तेल, २ टे. स्पून चिरलेली कोथिंबीर, पाव टी स्पून ओवा

पारीसाठी : पराठ्याची भिजवलेली कणीक

कृती :

१) कोथिंबिरीखेरीज सारणाचे सर्व साहित्य एकत्र मिसळून कोरडे होईपर्यंत परता किंवा ४–५ मिनिटे हायवर मायक्रोवेव्ह करा. नंतर कोथिंबीर मिसळून गार करा.

२) कणकेच्या लिंबाएवढ्या गोळीत तिच्या दुप्पट सारण भरून पोळीपेक्षा जाड पराठा लाटा. (या पद्धतीने नीट लाटता न आल्यास किंवा सारण कडेपर्यंत न पसरल्यास मोठी पोळी लाटून, मध्यात सारण पसरून त्यावर कडेची पोळी झाकून पाकीट पराठा बनवा.)

३) तव्यावर पराठा दोन्ही बाजूने किंचित भाजून नंतर त्यावर दोन्ही बाजूने तेल सोडून मध्यम आचेवर सोनेरी रंगावर भाजा.

दुधी–मेथी पराठा : प्रकार २

वरील दुधी–मेथीच्या शिजवलेल्या सारणात मावेल एवढी कणीक भिजवा व त्या कणकेचे लहान गोळे करून पराठे बनवा.

दुधी–मेथी पराठा : प्रकार ३

दुधी किसून त्याची परतून कोरडी भाजी करा. चिरलेल्या मेथीत तिखट–मीठ घालून त्यातच कणीक भिजवा. या कणकेच्या लहान गोळ्यात तयार केलेल्या भाजीचे सारण भरून पराठा करा.

चिली चीज पराठा

साहित्य :

सारणासाठी : २ वाट्या बारीक चिरलेली लाल, पिवळी, हिरवी ढोबळी मिरची, अर्धी वाटी बारीक चिरलेला कांदा, पाव वाटी किसलेले चीज (+ पाव वाटी जास्तीचे), चवीनुसार मीठ, मिरेपूड, चिली फ्लेक्स, ओरेगानो, आमचूर पावडर, ब्रेड क्रम्स

पारीसाठी : २ वाट्या कणीक, अर्धी वाटी मैदा, अर्धा टी स्पून मीठ, २ टे. स्पून तेल

कृती :

१) पारीचे साहित्य एकत्र करून पाण्याने भिजवा. मळून अर्धा तास झाकून ठेवा.

२) पाव वाटी किसलेले चीज बाजूला काढून बाकीचे सारणाचे सर्व साहित्य एकत्र मिसळा. ढोबळी मिरची व कांदापातीमुळे पाणी सुटते. ते शोषून घेण्यासाठी ब्रेड क्रम्स किंवा ओट्स लागतील तसे वापरा.

३) कणकेच्या लहान गोळ्याची मध्ये जाड व कडेने पातळ अशी मोठी पोळी लाटा. मधल्या जाड भागावर स्टफिंग पसरा. त्यावर बाजूची पोळी मध्यापर्यंत चौकोनी किंवा गोल आकारात दुमडून सारण पूर्ण झाका. हलक्या हाताने लाटून पाकीट पराठा बनवा.

४) तव्यावरच दोन्ही बाजूने तेल सोडून मध्यम आचेवर सोनेरी रंगावर भाजा. भाजून झाल्यावर तव्यावर असतानाच वरून किसलेले चीज पसरा. चीज वितळेपर्यंत तव्यावरच मंद आचेवर ठेवा म्हणजे पराठ्याची तव्यावरची बाजू कडक होईल.

५) पिझ्झाकटरने त्याचे सहा तुकडे करा. गरमच सर्व्ह करा.

मटार पराठा

साहित्य :

सारणासाठी : २ वाट्या ताजे किंवा फ्रोजन मटार, १ टी स्पून आलं- मिरची पेस्ट, पाव वाटी बारीक चिरलेली कोथिंबीर, अर्धा टी स्पून जिरेपूड, पाव टी स्पून गरम मसाला, चवीनुसार मीठ, लिंबू, साखर, १ टे. स्पून फोडणी, ब्रेड क्रम्स

पारीसाठी : २ वाट्या कणीक, २ टे. स्पून डाळीचे पीठ, पाव टी स्पून मीठ, २ टे. स्पून तेल

कृती :

१) पारीचे साहित्य एकत्र करून पाण्याने भिजवा. मळून अर्धा तास झाकून ठेवा.

२) मटार मिक्सरमधून जाडसर वाटा. त्यात सारणाचे ब्रेड क्रम्सखेरीज बाकी सर्व साहित्य मिसळा. सारण ३-४ मिनिटे परता किंवा मायक्रोवेव्ह करा. सारण जास्त ओलसर किंवा भरभरीत वाटल्यास ब्रेड क्रम्स मिसळा.

३) सारणाचा गोळा कणकेच्या गोळ्यात भरून हलक्या हाताने पराठा लाटा. त्यावर दोन्ही बाजूने तेल सोडून गॅसवर मध्यम आचेवर सोनेरी रंगावर भाजा. गरम किंवा गार सर्व्ह करा.

रुचिपालट

सोलाणे पराठा : मटारऐवजी ताजे सोललेले सोलाणे वापरा. साहित्य व कृती वरीलप्रमाणे.

आलू-मटार पराठा : वरील सारणात उकडलेला बटाटा कुस्करून मिसळा व हे सारण भरून पराठा करा.

मिक्स व्हेज पराठा

साहित्य :

सारणासाठी : १ मोठा उकडलेला बटाटा, अर्धी वाटी प्रत्येकी गाजर कीस, बीटरुट कीस, पाव वाटी प्रत्येकी ढोबळी मिरची, कांदा (बारीक चिरून), चवीनुसार मीठ-तिखट-साखर, गरम मसाला, आमचूर पावडर, कसूरी मेथी, १ टे. स्पून तेल

पारीसाठी : २ वाट्या कणीक, पाव चमचा मीठ, १ टे. स्पून तेल

कृती :

१) पारीचे साहित्य एकत्र करून पाण्याने भिजवा. मळून अर्धा तास झाकून ठेवा.

२) बटाट्याखेरीज सारणाचे सर्व साहित्य एकत्र मिसळा. ३-४ मिनिटे परता किंवा मायक्रोवेव्ह करा. गार झाल्यावर त्यात बटाटा कुस्करून मिसळा.

३) कणकेच्या लहान पारीत तेवढेच सारण भरून हलक्या हाताने पराठा लाटा.

४) मध्यम आचेवर दोन्ही बाजूने तेल सोडून सोनेरी रंगावर भाजा. गरम सर्व्ह करा.

रुचिपालट

१) वरील सारणात किसलेला दुधी, किसलेला दोडका वगैरे सहसा आवडीने न खाल्ल्या जाणाऱ्या भाज्याही वापरू शकता. आलं-लसूण-मिरची पेस्ट वापरल्यास सारण चटकदार होते.

२) ताजे मटार, ताजे कॉर्न, भिजवलेले छोले, मसूर ही कडधान्ये मिक्सरमधून जाडसर वाटून भाज्या शिजवण्यापूर्वीच त्यात मिसळा. पराठा अधिक पौष्टिक होईल.

कांदा पराठा

साहित्य :

२ वाट्या बारीक चिरलेला कांदा, अर्धी वाटी बारीक चिरलेली कोथिंबीर, अर्धा टी स्पून मिरची पेस्ट, अर्धा टी स्पून धने-जिरे पूड, चवीनुसार मीठ-साखर, आमचूर पावडर, २ वाट्या कणीक, २ टे. स्पून तेल, अर्धा टी स्पून ओवा

कृती :

१) कणकेखेरीज बाकी सर्व साहित्य एकत्र मिसळा. त्यात मावेल एवढी कणीक भिजवा. मळून १० मिनिटे झाकून ठेवा.

२) कणकेचे सहा किंवा आठ गोळे करून एकेका गोळ्याचा पोळीपेक्षा किंचित जाड पराठा लाटा.

३) तव्यावरच पराठ्याला दोन्ही बाजूने तेल लावून मध्यम आचेवर सोनेरी रंगावर भाजा.

कांदा पराठा : प्रकार २

साहित्य :

सारणासाठी : २ वाट्या बारीक चिरलेला कांदा, अर्धी वाटी बारीक चिरलेली कोथिंबीर, १ टी स्पून आलं-मिरची पेस्ट, १ टी स्पून धने-जिरे-बडीशेप पूड, चवीनुसार मीठ-साखर, अर्धा टी स्पून चाट मसाला, ब्रेड क्रम्स, १ टे. स्पून तेल

पारीसाठी : २ वाट्या कणीक, अर्धा टी स्पून ओवा, पाव टी स्पून मीठ, २ टी स्पून तेल

कृती :

१) पारीचे साहित्य एकत्र करून पाण्याने भिजवा. अर्धा तास झाकून ठेवा.

२) तेलात कांदा, आलं-मिरची पेस्ट टाका. कांदा गोल्डन ब्राऊन होईपर्यंत परता. नंतर त्यात सारणाचे बाकी सर्व साहित्य मिसळा. ब्रेड क्रम्स गरजेनुसार वापरा.

३) कणकेच्या पारीत सारणाचा गोळा भरून जाडसर पराठा लाटा. दोन्ही बाजूने तेल लावून मध्यम आचेवर सोनेरी रंगावर भाजा.

दुरंगी पराठा

साहित्य :

सारणासाठी : (१) १ वाटी गाजराचा कीस, १ चमचा तेल, तिखट, मीठ, साखर, जिरेपूड (२) १ वाटी ताजे मटार, १ टी स्पून आलं–लसूण–मिरची पेस्ट, १ चमचा तेल, चवीनुसार मीठ, साखर, लिंबू

पारीसाठी : २ वाट्या कणीक, १ टे. स्पून तेल, पाव टी स्पून मीठ, अर्धा टी स्पून ओवा, १ चमचा मैद्याची पेस्ट

कृती :

१) तेलात गाजराचा कीस, तिखट, मीठ, साखर, जिरेपूड टाकून ३–४ मिनिटे परता. मटार मिक्सरमधून जाडसर वाटून त्यात आलं–लसूण–मिरची पेस्ट, मीठ, साखर, लिंबू आणि तेल मिसळून तेही ३–४ मिनिटे परता. अशी केशरी आणि हिरव्या रंगाची दोन सारणे करून घ्या.

२) कणकेत तेल मीठ, ओवा घालून पाण्याने भिजवा. मळून अर्धा तास झाकून ठेवा. नंतर कणकेचे सहा सारख्या आकाराचे गोळे करून झाकून ठेवा.

३) कणकेच्या तीन गोळ्यांच्या तीन सारख्या आकाराच्या पातळ पोळ्या लाटा. त्यातील एक पोळी भाजा. आता न भाजलेल्या एका पोळीवर गाजराचे निम्मे सारण पसरा.त्यावर भाजलेली पोळी ठेवा. तिच्यावर मटारचे निम्मे सारण पसरा. वर न भाजलेली दुसरी पोळी ठेवून हाताने दाबून बसवा. कडेने मैद्याची पेस्ट लावून पराठा पूर्ण बंद करा. (याप्रमाणेच दुसराही पराठा करा.)

४) तव्यावर दोन्ही बाजूने तेल सोडून मध्यम आचेवर सोनेरी रंगावर भाजा. पिझ्झाकटरने सहा त्रिकोणी तुकडे करा.

टीप

सारणासाठी बीट, बटाटा, चीज, कॉर्न, पालक असे वेगवेगळे प्रकार वापरू शकता.

स्वीट कॉर्न पराठा

साहित्य :

सारणासाठी : २ वाट्या ताजे स्वीट कॉर्न, अर्धा टी स्पून जिरे, २–३ हिरव्या मिरच्या, १ टे. स्पून फोडणी (मोहरी, हिंग, हळदीची) चवीनुसार मीठ–साखर–लिंबू, २ टे. स्पून बारीक चिरलेली कोथिंबीर.

पारीसाठी : २ वाट्या कणीक, पाव टी स्पून मीठ, पाव टी स्पून हळद, १ टे. स्पून तेल, पाणी

कृती :

१) पारीचे साहित्य एकत्र करून पाण्याने भिजवा. मळून अर्धा तास झाकून ठेवा.

२) स्वीट कॉर्न, जिरे, मिरच्या मिक्सरमधून जाडसर वाटा. त्यात फोडणी, मीठ, साखर घालून परता किंवा ३–४ मिनिटे मायक्रोवेव्ह करून सारण शिजवून घ्या. त्यात लिंबू व कोथिंबीर मिसळून हव्या त्या आकाराचे सारखे गोळे करून ठेवा.

३) सारणाच्या गोळ्याएवढाच कणकेचा गोळा घ्या. त्यात सारणाचा गोळा भरून पोळीपेक्षा जाड पराठा लाटा.

४) तव्यावर दोन्ही बाजूने तेल सोडून मध्यम आचेवर सोनेरी रंगावर भाजा.

टीप

स्वीट कॉर्न कोवळे असल्यास मिक्सरमधून वाटलेले मिश्रण खूप पातळ होते. अशा वेळी घट्ट करण्यासाठी त्यात गरजेनुसार थोडे डाळीचे किंवा मक्याचे पीठ मिसळा.

रुचिपालट

कॉर्न अँड चीज पराठा : वरील कॉर्न पराठा भाजून झाल्यावर तव्यावर असतानाच त्यावर किसलेले चीज पसरा. ते वितळल्यावर लगेच पराठा तव्यावरून काढा. शक्यतो मोझरेला चीज वापरा. ते पटकन वितळते.

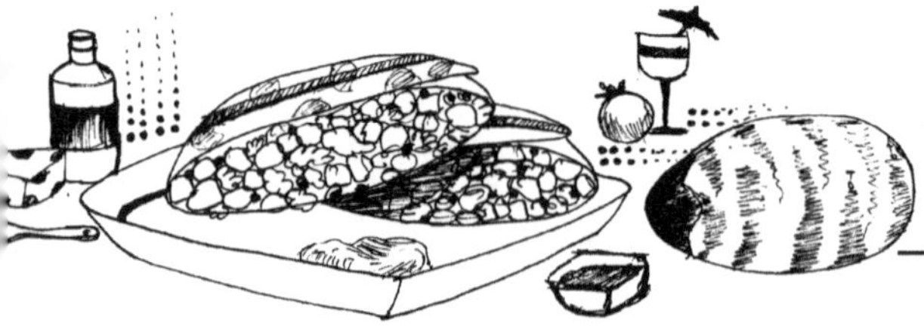

पिझ्झा पराठा

साहित्य :

सारणासाठी : (१) २ मोठे तयार पराठे, २ टे. स्पून पिझ्झा सॉस किंवा टोमॅटो केचप, बटर किंवा ऑलिव्ह ऑईल, किसलेले पिझ्झा चीज

(२) लाल, पिवळ्या, हिरव्या ढोबळी मिरचीच्या रिंग्ज, कांद्याच्या पातळ रिंग्ज, स्वीट कॉर्न, ब्लॅक ऑलिव्ह रिंग्ज, मीठ, मिरेपूड, चिली फ्लेक्स, ओरेगानो, ऑलिव्ह ऑईल

कृती :

१) तिन्ही रंगाच्या मिरच्या, कांदा, स्वीट कॉर्न, १ टे. स्पून ऑलिव्ह ऑईल, मीठ, मिरेपूड, चिली फ्लेक्स, ओरेगानो एकत्र करून ४–५ मिनिटे परता. नंतर त्यात ऑलिव्ह रिंग्ज मिसळून बाजूला ठेवा.

२) गॅसवर मंद आचेवर सपाट तवा तापत ठेवा. त्याच वेळी दुसऱ्या गॅसवर मोठ्या आचेवर खोलगट तवा किंवा पॅन तापत ठेवा.

३) एका पराठ्याला एका बाजूला तेल किंवा बटर लावा. वर थोडे चीज पसरा. त्यावर दुसरा पराठा ठेवा. वर तेल किंवा बटर लावा. हा जोड पराठा मंद आचेवर दोन्ही बाजूने थोडा गरम करा. नंतर पराठा तव्यावरच ठेवून त्यावर सॉस, परतलेली टॉपिंग्ज, किसलेले चीज पसरा. तापवलेला खोलगट तवा त्यावर झाकून २–३ मिनिटे थांबा. चीज वितळल्यावर पराठा पोळपाटावर काढा. एवढ्या वेळात पराठ्याचा खालचा क्रिस्पी होतो.

४) पिझ्झाकटरने सहा तुकडे करा व गरमच सर्व्ह करा.

टीप

१) घरात ओव्हन किंवा कन्व्हेक्शन/ग्रिल असल्यास पराठ्याची खालची बाजू गॅसवर तर वरची बाजू लो रॅकवर ठेवून ४–५ मिनिटे (चीज वितळेपर्यंत) ग्रिल करा. ग्रिल वापरल्यास भाज्या वेगळ्या परतून घ्यायची गरज नसते. त्या ग्रिलच्या उष्णतेत आपोआप शिजतात.

२) हल्ली रेडिमेड पराठे विकत मिळतात. तेही वापरू शकता. पण, हा एकच पराठा वापरावा; कारण तो जाड आणि मैद्याचा असतो हे ध्यानात ठेवावे.

बैंगन पराठा

साहित्य :

१) भरताचे मोठे वांगे किंवा कापाचे लांब वांगे, तिखट, मीठ, हळद, तेल, तांदूळ पिठी

२) टोमॅटो सॉस, किसलेले चीज

३) १ वाटी कणीक, चिमूटभर मीठ, अर्धा टे. स्पून तेल किंवा दोन सारख्या आकाराचे तयार साधे पराठे

कृती :

१) कणकेत मीठ, तेल घालून पाण्याने भिजवा. मळून झाकून ठेवा. अर्ध्या तासाने दोन मोठे किंवा चार लहान पराठे– कोणत्याही प्रकारे घड्या करून त्रिकोणी/चौकोनी/गोल पण एकसारख्या आकाराचे करा. (घरी केलेले किंवा विकतचे तयार पराठेही वापरू शकता.)

२) वांग्याचे अर्धा सेंमी जाडीचे काप करा. त्यावर सुरीने टोचे द्या. त्यांना दोन्ही बाजूने तिखट, मीठ, हळद लावून १० मिनिटे ठेवा. नंतर तांदळाच्या पिठीत घोळून तेल सोडून तव्यावर खरपूस भाजा किंवा ८–१० मिनिटे ग्रिल करा.

३) एका पराठ्यावर टोमॅटो सॉस पसरा. त्यावर तयार काप एकेरी जवळजवळ बसवा. वर किसलेले चीज पसरून त्यावर दुसरा पराठा दाबून बसवा. तव्यावर तेल सोडून मध्यम आचेवर दोन्ही बाजूने पराठा उलटापालटा करत क्रिस्पी बनवा. नंतर पिझ्झाकटरने त्रिकोणी किंवा हव्या त्या आकाराचे तुकडे करा. गरमच सर्व्ह करा.

रुचिपालट

पोटॅटो पराठा : वांग्याऐवजी बटाट्याचे काप घ्या. त्याला तिखट, मीठ लावून, तांदूळ पिठीत घोळून तेल सोडून तव्यावर भाजा किंवा ग्रिल करा. बाकी सर्व कृती क्र. ३ प्रमाणे.

झुकिनी पराठा : झुकिनीचे वांग्याप्रमाणे गोल पातळ काप करा किंवा पातळ लांब पट्ट्या कापा. त्यावर मीठ, मिरेपूड, चिली फ्लेक्स पसरा. थोडे ऑलिव्ह ऑईल शिंपडून तव्यावर तेल सोडून भाजा किंवा ग्रिल करा. बाकी सर्व कृती क्र. ३ प्रमाणे.

पोटॅटो स्लाईस पराठा

साहित्य :

१) १ मोठा बटाटा, चवीनुसार मीठ, तिखट, मिरेपूड, मैदा किंवा तांदूळ पिठी

२) अर्धा टे. स्पून मैदा, अर्धा टे. स्पून बटर, १ कप दूध, चिमूटभर मीठ, मिरेपूड, पाव टी स्पून लसूण पेस्ट

३) २ तयार पराठे किंवा तयार पोळ्या, तेल, किसलेले चीज

कृती :

१) बटाट्याचे पाव सेंमी जाडीचे काप करा. त्यावर सुरीने टोचे द्या. त्यावर तिखट, मीठ, मिरेपूड सगळीकडून लावून ५ मिनिटे ठेवा. नंतर एकेक काप मैद्यात किंवा तांदूळ पिठीत घोळून दोन्ही बाजूने तेल सोडून तव्यावर भाजा किंवा ८–१० मिनिटे ग्रिल करा.

२) बटरवर मैदा १–२ मिनिटे भाजा. थोडा गार झाल्यावर त्यात दूध मिसळून वायरव्हिस्कने एकजीव पेस्ट करा (गुठळी नको). नंतर सतत ढवळत गॅसवर शिजवा किंवा मायक्रोवेव्हमध्ये दर ३० सेकंदांनी हलवत २–३ मिनिटांत शिजवा. नंतर त्यात चवीनुसार मीठ, मिरेपूड व लसूण पेस्ट मिसळून 'व्हाईट सॉस' तयार करा.

३) एका पराठ्यावर व्हाईट सॉस पसरा. त्यावर भाजलेल्या बटाट्याचे काप एकेरी बसवा. वर किसलेले चीज पसरून त्यावर दुसरा पराठा दाबून बसवा. तव्यावर तेल सोडून पराठा मध्यम आचेवर दोन्ही बाजूने क्रिस्पी होईपर्यंत भाजा. पिझ्झाकटरने त्रिकोणी सहा तुकडे कापा.

टीप

व्हाईट सॉस पोळीवर साधारण पसरता येईल इतपत घट्ट असावा.

रुचिपालट

मटार, स्वीट कॉर्न, गाजराचे लहान तुकडे सर्व मिळून एक वाटी घ्या. त्यावर पाणी शिंपडून झाकून २ मिनिटे मायक्रोवेव्ह करा किंवा जरासे उकडून घ्या. (पाणी काढून टाका.) वाफवलेल्या भाज्यात व्हाईट सॉस व किसलेले चीज मिसळून, ते मिश्रण दोन पराठ्यांमध्ये पसरा. वरीलप्रमाणे बेक्ड व्हेज पराठा करा.

मेक्सिकन तॉर्तिया

मेक्सिकन पोळ्या : मेक्सिकन पोळ्यांना तॉर्तिया किंवा तॉर्तिला म्हणतात. तॉर्तिया मैद्याच्या किंवा मक्याच्या पिठापासून बनवतात. तॉर्तिया साधारण ८–९ इंच व्यासाच्या गोल पातळ लाटलेल्या पोळ्या असतात आणि त्या ब्राऊन किंवा काळे डाग न पडू देता भाजलेल्या असतात. तयार तॉर्तियाची, तसेच फ्रोजन तॉर्तियाची पाकिटे बाजारात विकत मिळतात. विकतच्या तॉर्तिया थोड्या गरम करून त्यात मध्ये स्टफिंग भरून निरनिराळ्या पद्धतीने घड्या घालून किंवा रोल करून ते पुन्हा एकदा ओव्हनमध्ये किंवा तव्यावर भाजून केसाडिया, बरीटो, एंचलाडा असे प्रकार बनवले जातात.

तॉर्तियात भरायची स्टफिंग साधारणपणे चिकन–बीट–पोर्क यांचा खिमा किंवा व्हेजमध्ये भाज्या व जास्तकरून राजमा किंवा बीन्स व त्याचबरोबर भरपूर चीज वापरून बनवली जातात. आकारानुसार नावे वेगवेगळी असतात.

तॉर्तियाऐवजी कणकेच्या पोळ्या व भरमसाट चीजऐवजी चीज आणि पनीर यांचे समप्रमाणातील मिश्रण वापरल्यास हे पदार्थ करायला जास्त सोपे आणि जास्त आरोग्यदायक होतील. पराठे किंवा रोल्सच्या नेहमीच्या चवींपेक्षा 'बीन्स' आणि 'चीज'चे कॉंबिनेशन वेगळे आणि नावीन्यपूर्ण वाटेल. पसंतीलाही उतरेल.

तॉर्तिया / तॉर्तिला

साहित्य :

गव्हाच्या तॉर्तियासाठी : १ वाटी मैदा, १ वाटी कणीक, पाव चमचा मीठ

मक्याच्या तॉर्तियासाठी : १ वाटी मैदा, १ वाटी मक्याचे पीठ, पाव चमचा मीठ

कृती :

१) सर्व साहित्य एकत्र करून पाण्यात साधारण घट्ट भिजवा. मळून अर्धा तास झाकून ठेवा.

२) पिठाचे ५–६ गोळे करून झाकून ठेवा. एकेका गोळ्याची फुलक्याप्रमाणे गोल पोळी लाटा.

३) मध्यम आचेवर पोळी डाग पडू न देता भाजा. गार झाल्यावर डब्यात भरा.

तॉर्तिया फ्रीजमध्ये तीन–चार दिवस ठेवता येतात. कोणत्याही प्रकारासाठी वापरताना तव्यावर थोडी गरम करून वापरा.

मेक्सिकन केसाडिया

साहित्य :

१) **स्टफिंग :** १ कप बेक्ड बीन्स, १ टी स्पून बारीक चिरलेला लसूण, २ टी स्पून ऑलिव्ह ऑइल, २ टे. स्पून टोमॅटो प्युरी, मीठ, मिरेपूड, चिली फ्लेक्स, बारीक चिरलेली पार्सले

२) ६ टे. स्पून किसलेले चीज किंवा प्रत्येकी ३ टे. स्पून किसलेले चीज व पनीर

३) कणकेच्या तयार चार पातळ टॉर्तिया

कृती :

१) तेलात लसूण परता. त्यात टोमॅटो प्युरी, बीन्स, मीठ, मिरेपूड, आवडीनुसार चिली फ्लेक्स घालून मिश्रण कोरडे होईपर्यंत परता. नंतर त्यात पार्सले मिसळा.

२) एका पोळीवर आधी १ टे. स्पून चीज, त्यावर निम्मे स्टफिंग आणि शेवटी २ टे. स्पून चीज पसरून वर दुसरी पोळी हाताने दाबून बसवा.

३) या जोडपोळीला दोन्ही बाजूने तेल लावून तव्यावर मंद आचेवर (किंवा ओव्हन-कन्व्हेक्शनमध्ये २०० डिग्री से.वर ४-५ मिनिटे देऊन) सोनेरी रंगावर भाजा.

४) भाजलेली पोळी पोळपाटावर काढून १-२ मिनिटेच गार करा. त्यामुळे पोळी खुसखुशीत (क्रिस्पी) होते. नंतर पिझ्झाकटरने चार त्रिकोणी तुकडे करा. डिशमध्ये प्लेटिंग करून गरमच सर्व्ह करा.

टीप

एका बाऊलमध्ये लेट्यूसचे हाताने केलेले तुकडे, काकडी, टोमॅटो, गाजराचे तुकडे, ऑलिव्हज घ्या. २ टे. स्पून ऑलिव्ह ऑईलमध्ये मीठ, मिरेपूड, बारीक चिरलेला लसूण, थोडे व्हिनेगर मिसळा व चांगले हलवून ड्रेसिंग बनवा. हे ड्रेसिंग सॅलडमध्ये मिसळून केसाडियाबरोबर सर्व्ह करा.

नॉनव्हेज पराठे

एग पराठा

एग पराठा : प्रकार १

साहित्य :

सारणासाठी : २ अंडी, बारीक चिरलेला पुदिना, मिरची, कोथिंबीर, कांदापात, चवीनुसार मीठ, पाव टी स्पून जिरे

पारीसाठी : १ वाटी कणीक, १ वाटी मैदा, पाव टे. स्पून मीठ, पाव टी स्पून ओवा, २ टे. स्पून तेल

कृती :

१) पारीचे साहित्य एकत्र करून पाण्याने भिजवा. मळून अर्धा तास झाकून ठेवा.

२) अंडी थोडी फेटून त्यात सारणाचे सर्व साहित्य मिसळून पुन्हा फेटा.

३) कणकेची मोठी पातळ पोळी लाटा. सपाट तव्यावर पोळी टाका. त्यावर मध्यात अंड्याचे मिश्रण ओता. मिश्रण पूर्णपणे झाकले जाईल अशा पद्धतीने बाजूची पोळी दुमडा. दोन्ही बाजूने तेल सोडून पराठा मंद आचेवर सोनेरी रंगावर भाजा.

टीप

या पराठ्यात भाजताना पोळीच्या वरच्या बाजू ओव्हरलॅप झाल्यामुळे ती बाजू जाड होते तर पराठ्याची खालची बाजू एकेरी असल्याने पातळच असते. त्यामुळे खालची बाजू पराठा उलटताना भाजून झालेलीच असते. उलटलेली जाड बाजू मात्र जास्त तेल सोडून मंद आचेवर जास्त वेळ देऊन भाजावी म्हणजे आतील कणीक किंवा अंडे कच्चे राहत नाही. पराठा बाहेरून व आतून नीट भाजला गेल्याची खातरी करून मगच तव्यावरून काढावा.

एग पराठा : प्रकार २

साहित्य :

सारणासाठी : २ अंडी, १ टे. स्पून तेल, बारीक चिरलेला कांदा, टोमॅटो, हिरवी मिरची, कोथिंबीर (सर्व मिळून १ वाटी), चवीनुसार मीठ, पाव चमचा जिरे.

पारीसाठी : २ वाट्या कणीक, पाव चमचा ओवा, पाव चमचा मीठ, २ चमचे तेल

कृती :

१) पारीचे साहित्य एकत्र करून पाण्याने भिजवा. मळून अर्धा तास झाकून ठेवा.
२) तेलात कांदा, मिरची, टोमॅटो परता. त्यात अंडी फोडून, मीठ, जिरे टाकून सतत हलवत 'स्क्रॅम्बल्ड एग' तयार करा. कोथिंबीर मिसळा. गार झाल्यावर मळून एकजीव करा.
३) कणकेच्या लहान गोळ्यात तेवढेच स्क्रॅम्बल्ड एग भरून उंडा करा व जाडसर पराठा लाटा.
४) तव्यावर मध्यम आचेवर तेल सोडून दोन्ही बाजूने सोनेरी रंगावर भाजा. पिझ्झाकटरने कापून गरम सर्व्ह करा.

टीप

सारण भरून पराठा नीट लाटता येत नसल्यास पिठाची मोठी पोळी लाटा. मध्यभागावर सारण पसरून कडेची पोळी त्यावर दुमडून सारण झाका. हलक्या हाताने लाटून चौकोनी 'पाकीट' पराठा बनवा.

एग पराठा : प्रकार ३

साहित्य :

सारणासाठी : २ अंडी, लाल–पिवळी–हिरवी ढोबळी मिरची, कांदा– सर्व बारीक चिरून, चवीनुसार मीठ, मिरेपूड, ओरेगानो, किसलेले चीज, २ तयार पोळ्या किंवा पराठे, तेल

कृती :

१) अंडी फेटा. त्यात कांदा, ढोबळी मिरची, मीठ, मिरेपूड, चिली फ्लेक्स मिसळा. पॅनला तेल लावून मिश्रण ओता व ऑम्लेट तयार करा.
२) दोन पोळ्या किंवा पराठे घ्या. एका पोळीवर किंवा पराठ्यावर ऑम्लेट ठेवा. वर किसलेले चीज पसरा. त्यावर दुसरी पोळी किंवा पराठा थोडा दाबून बसवा. त्यावर दोन्ही बाजूने तेल लावून मध्यम आचेवर सोनेरी रंगावर भाजा.
३) पिझ्झाकटरने सहा त्रिकोणी तुकडे कापून गरम सर्व्ह करा.

टीप

तयार पोळ्यांच्या स्टफ पराठ्यांमध्ये चीज वापरल्यामुळे ते एकमेकांना चिकटून राहतात. चीज वापरायचे नसल्यास मैद्याची पेस्ट पोळीच्या कडेने लावून त्यावर दुसरी पोळी दाबून बसवावी.

एग पराठा : प्रकार ४

साहित्य :

२ अंडी, मीठ, मिरेपूड, तिखट, ओवा, चिमूटभर साखर, बारीक चिरलेली कोथिंबीर, आल्याची पेस्ट, १ टी स्पून तेल, कणीक

कृती :

१) अंड्यात कणीक सोडून सर्व साहित्य मिसळून जरासे फेटा. त्यात मावेल एवढी कणीक भिजवा. लगेचच पराठे करा.

२) लहान गोळे करून पोळीपेक्षा किंचित जाड पराठा लाटा. (फार पातळ किंवा फार जाड नको)

३) तव्यावर तेल सोडून मध्यम आचेवर दोन्ही बाजूने सोनेरी रंगावर भाजा.

टीप

या पराठ्याला 'बैदा रोटी' असेही म्हटले जाते.

ट्यूना पराठा

साहित्य :

१ टिन तयार ट्यूना, २ तयार पराठे, किसलेले चीज, तेल

कृती :

१) टिनमधून ट्यूना काढून त्याचे लहान तुकडे कापा. (लिक्विड घेऊ नका.)

२) एका पराठ्यावर ट्यूना पसरा. त्यावर चीज पसरा. त्यावर दुसरा पराठा थोडा दाबून बसवा. तव्यावर तेल सोडून मध्यम आचेवर दोन्ही बाजूने सोनेरी रंगावर भाजा.

३) पिझ्झाकटरने कापून गरम सर्व्ह करा.

चिकन सॉसेजेस पराठा

साहित्य :

चिकन सॉसेजेस, किसलेले चीज, २ तयार पराठे, तेल

कृती :

१) सॉसेजेसच्या पातळ चकत्या कापा. चमचाभर तेलात त्या परता. वाटल्यास त्यात थोडी मिरेपूड, चिली फ्लेक्स घाला.

२) एका पराठ्यावर या चकत्या एकेरी पसरा. त्यावर चीज पसरा. त्यावर दुसरा पराठा किंचित दाबून बसवा. तव्यावर दोन्ही बाजूने तेल लावून मध्यम आचेवर सोनेरी रंगावर भाजा.

३) पिझ्झाकटरने त्रिकोणी तुकडे कापा किंवा १-१ इंचाचे 'बाईट साईझ' लहानलहान तुकडे कापा. गरम पराठ्याबरोबर टोमॅटो सॉसही सर्व्ह करा.

खिमा पराठा

साहित्य :

तयार चिकन किंवा मटन खिमा, किसलेले चीज, २ तयार पराठे, तेल

कृती :

१) खिमा ओलसर असल्यास पॅनमध्ये परतून कोरडा करून घ्या. त्यात चिरलेली कोथिंबीर मिसळा.

२) एका पराठ्यावर खिमा पसरा. वर चीज पसरा. त्यावर दुसरा पराठा थोडा दाबून बसवा. दोन्ही बाजूने तेल लावून तव्यावर मध्यम आचेवर सोनेरी रंगावर भाजा.

३) पिझ्झाकटरने हवे त्या आकाराचे तुकडे कापून गरम सर्व्ह करा.

रुचिपालट

खिमा-मटर पराठा : खिम्याऐवजी 'खिमा मटर'चे स्टफिंग वापरून पराठा बनवा.

प्रॉन्स पराठा

साहित्य :

२ तयार साधे पराठे किंवा पोळ्या, १ टी स्पून मैद्याची पाण्यात केलेली पेस्ट, बारीक चिरलेली कोथिंबीर

सारणासाठी : २०० ग्रॅम लहान आकाराचे प्रॉन्स, मीठ-तिखट-हळद, लिंबाचा रस चवीनुसार, १ टी स्पून आलं-लसूण पेस्ट, १ टे. स्पून तेल

कृती :

१) सारणाचे सर्व साहित्य एकत्र मिसळून १५ मिनिटे मुरवत ठेवा. नंतर पॅनमध्ये पूर्ण शिजेपर्यंत परता. त्यात कोथिंबीर मिसळा. ओलसरपणा जास्त वाटल्यास ब्रेड क्रम्स मिसळा.

२) एका पराठ्यावर तयार प्रॉन्सचा पातळ थर पसरा. पराठ्याच्या कडेने मैद्याची पेस्ट लावा. वर दुसरा पराठा हाताने दाबून बसवा. तव्यावर दोन्ही बाजूने तेल सोडून मध्यम आचेवर क्रिस्पी होईपर्यंत भाजा. पिझ्झाकटरने हव्या त्या आकाराचे तुकडे कापून टोमॅटो सॉससह गरम सर्व्ह करा.

मोगलाई खिमा पराठा

साहित्य :

सारणासाठी : २०० ग्रॅम चिकन खिमा, १ वाटी कांदा, अर्धी वाटी टोमॅटो, पाव वाटी कोथिंबीर (सर्व बारीक चिरून), २ टी स्पून आलं-लसूण-मिरची पेस्ट, चवीनुसार मीठ-तिखट-गरम मसाला-हळद, २ टे. स्पून तेल, अर्ध्या लिंबाचा रस

पारीसाठी : २ वाट्या मैदा, अर्धा टी स्पून मीठ, २ टे. स्पून तेल, अर्धा कप दूध, अर्धी वाटी तेल (जास्तीचे)

कृती :

१) मैद्यात २ टे. स्पून तेल, मीठ, दूध मिसळून लागेल तेवढ्या पाण्याने सैलसर भिजवा. १५–२० मिनिटे झाकून ठेवा. नंतर त्यात आणखी २–३ टे. स्पून तेल मिसळून पिठाला तार येईपर्यंत मळा. पिठाचे सहा ते आठ सारख्या आकाराचे गोळे करून झाकून ठेवा.

२) खिम्याला मीठ, तिखट, गरम मसाला, हळद लावून १५–२० मिनिटे ठेवा. तेलात कांदा, टोमॅटो, आलं–लसूण–मिरची पेस्ट परता. नंतर त्यात खिमा टाकून पूर्ण शिजेपर्यंत परता. गॅस बंद करून कोथिंबीर व लिंबू रस मिसळा.

३) गॅसवर किंचित खोलगट नॉनस्टिक तवा तापत ठेवा. तवा तापल्यावर गॅस बारीक करून ठेवा.

४) मैद्याचा एक गोळा ओट्यावर ठेवा. त्याची ओटा दिसेल इतकी पातळ पोळी लाटा. लाटताना पीठ चिकटू नये म्हणून कोरडा मैदा वापरा. लाटून झालेली पोळी कडेकडेने हाताने हळूहळू ताणून घेत आणखी जमेल तेवढी पातळ करा. मधल्या भागावर खिमा पसरा. कडेची पोळी त्यावर सगळीकडून दुमडून सारण पूर्ण झाका.

५) तापलेल्या तव्यात डावभर तेल टाका. त्यावर दुमडलेली बाजू खाली येईल अशा रीतीने पराठा टाका. गॅस किंचित मोठा करा. तव्यावर तेल सोडून दोन्ही बाजूने गोल्डन ब्राऊन रंगावर भाजा.

६) तयार पराठ्याचे सुरीने चार तुकडे कापून गरम सर्व्ह करा.

रुचिपालट

मोगलाई प्रॉन्स पराठा :

१) लहान आकाराच्या प्रॉन्सना मीठ, तिखट, हळद, आलं– लसूण पेस्ट, लिंबू, बारीक चिरलेला कढीपत्ता आणि २–३ टे. स्पून तेलावर भाजलेले बेसनपीठ लावून १५ मिनिटे मुरवत ठेवा. नंतर त्यात १ टे. स्पून तेल घालून पूर्ण शिजेपर्यंत परता. नंतर चिरलेली कोथिंबीर मिसळा.

२) प्रॉन्सचे हे स्टफिंग वापरून पराठा बनवा. गरम सर्व्ह करा.

मलेशियन रोटी चनई

सर्व साहित्य व कृती मोगलाई खिमा पराठ्याप्रमाणे. यात खिमा, अंडे किंवा बीफ यांचा स्टफिंग म्हणून वापर करतात.

सिंगापूर स्टाईल एग रोटी प्राटा

गॅसवर मोठ्या आकाराचा किंचित खोलगट तवा तापत ठेवा. मोगलाई खिमा पराठ्याप्रमाणे मैद्याची तितकीच मोठी एकदम पातळ पोळी लाटा. गॅस बारीकच ठेवा. तव्यावर डावभर तेल टाका. त्यावर लाटलेली पोळी टाका. मध्यात एक अंडे फोडून टाका. त्यावर चिमटीने मीठ, मिरेपूड टाका. पटकन बाजूची पोळी चारी बाजूंनी त्यावर दुमडून अंडे पूर्णपणे झाका. पोळी तव्यावर टाकण्यापासून ते अंड्यावर दुमडण्यापर्यंतची क्रिया झटपट झाली पाहिजे. मंद आचेवर पराठा भाजा. खालची बाजू गोल्डन ब्राऊन झाल्यावर पराठा उलटा. पुन्हा एखादा चमच्याने बाजूने तेल सोडा. दुसरी बाजूही गोल्डन ब्राऊन भाजा. अंडे पूर्ण शिजल्याची खातरी करून पराठा तव्यावरून काढा.

फ्रँकी-रोल-रॅप

फ्रँकी-रोल-रॅप हे तिन्ही समानार्थी शब्द- म्हणजे पोळीत भाजी भरून केलेली पोळीची गुंडाळी. पोळीभाजीचे एकत्रित रूप. रोजच्या पोळीत तयार भाजी भरून रोल किंवा रॅप बनवता येतो. पण, पोळी मऊ असल्याने रोल भिजट होतो किंवा त्याचा लगदा होतो. असे रोल लगेच खाण्यासाठी उत्तम; पण डब्यात किंवा पार्सलमध्ये देता येत नाहीत. त्यासाठी खालीलप्रमाणे पोळ्या करून घ्याव्यात :

रोल-रॅपसाठी नुसत्या कणकेच्या किंवा कणकेत थोडा मैदा मिसळून साध्या पोळीपेक्षा किंचित जाड पोळ्या कराव्यात. पीठ भिजवताना चवीपुरते मीठ घालावे. तेलाचे मोहन न घालता कणीक तेलाच्या हाताने मळावी. मैदा वापरल्याने आणि मोहन न घातल्याने पोळी थोडी चिवट होते; पण हा गुणधर्म रोलसाठी उपयोगी पडतो. रोल लगेच भिजट होत नाही.

पोळीची पौष्टिकता वाढवण्यासाठी पीठ भिजवताना त्यात सोयाबीनचे पीठ मिसळावे किंवा ब्लांच केलेल्या पालक-दुधीच्या प्युरीत पीठ भिजवावे. रोल किंवा रॅपची पोळी किंचित कमी भाजावी.

मेक्सिकन रॅपसाठी मक्याच्या पिठाच्या पोळ्या कराव्यात. रॅप-रोलसाठी पोळी साधारण १० इंच व्यासाची लाटावी. म्हणजे कडेची पोळी स्टफिंगभोवती नीट गुंडाळता येते.

स्टफिंग भरल्यावर पोळी भिजट होऊ नये म्हणून पोळीवर आधी लेट्यूसचे किंवा सॅलडचे पान पसरून त्यावर स्टफिंग आडवे पसरावे. त्यानंतर स्टफिंगभोवती पोळी घट्ट गुंडाळावी. त्यामुळे स्टफिंग बाहेर येत नाही.

तयार रोल सर्व्ह करताना, विशेषत: डब्यात किंवा पार्सलमध्ये देताना ॲल्युमिनिअम

फॉईलमध्ये गुंडाळून द्यावा. फॉईलचे दोन तुकडे करून ते ओव्हरलॅप होतील अशा प्रकारे पोळीभोवती गुंडाळावेत. रोलच्या बाहेरची फॉईल चॉकलेटच्या कागदाप्रमाणे पिरगळून किंवा दाबून बसवावी. फॉईलमुळे रोल बराच वेळ गरम राहतो. फॉईलचा एक तुकडा काढला की दुसरा तुकडा हातात धरून हातात धरून, हात खरकटा न करता रोल खाता येतो.

रोलमध्ये भरायच्या भाज्या रोजच्या साध्या भाज्यांप्रमाणे न करता रेड-यलो ढोबळी मिरची, मशरूम, बेबीकॉर्न, ब्रोकोली, ॲव्होकाडो आदी फॅन्सी भाज्या वापरून कराव्यात. त्याचबरोबर मेयोनीज, चीज सॉस, सावर क्रीम, व्हाईट सॉस इत्यादी पदार्थही वापरावेत. त्यामुळे रोल स्वादिष्ट आणि देखणे होतातच; पण जाणीवपूर्वक निवडक पदार्थ वापरल्यामुळे ते अधिक पौष्टिक आणि आरोग्यदायकही होतात.

रोल किंवा रॅप करताना पोळीला दोन्ही बाजूने तेल लावून तव्यावर थोडी गरम करून घ्यावी. नंतर त्यात स्टफिंग भरून रोल बनवावा व तसाच सर्व्ह करावा. पुन्हा भाजू नये. रोलची पोळी मऊच असते.

फ्रँकीसाठी मात्र तयार केलेला रोल पुन्हा एकदा तव्यावर सोडून दोन्ही बाजूंनी उलथण्याने दाबतदाबत क्रिस्पी होईपर्यंत भाजावा. लगेच खायचा असेल तर फ्रँकी बनवावी आणि डब्यात द्यायचा असेल तर रोल किंवा रॅप बनवावा.

रॅपसाठी लागणारे मेयोनीज, सावर क्रीम, चीज सॉस घरच्याघरी आयत्या वेळीही बनवून घेता येतात. हे तयार केलेले पदार्थ फ्रीजमध्ये चार-पाच दिवस टिकतात.

एग मेयोनीज

साहित्य :
१ अंडे, १ टी स्पून व्हिनेगर, अर्धा टी स्पून लिंबू रस, प्रत्येकी पाव टी स्पून मीठ, मिरेपूड, मोहरी पूड, अर्धा टी स्पून मध किंवा साखर, १ कप तेल

कृती :
तेलाखेरीज सर्व साहित्य एकत्र मिसळा. ब्लेंडरने थोडे फेटा. नंतर थोडेथोडे तेल टाकत ब्लेंडरने फेटत राहा. मेयोनीज लोण्याप्रमाणे पांढरे, क्रिमी व घट्ट होईपर्यंत फेटा. थोडा वेळ फ्रीजमध्ये सेट करून नंतर वापरा.

एगलेस मेयोनीज

प्रकार १
पाव वाटी चक्का, अर्धी वाटी क्रीम, प्रत्येकी पाव टी स्पून मीठ, मिरेपूड, मोहरीपूड, अर्धा टी स्पून व्हिनेगर हे सर्व एकत्र मिसळा. ब्लेंडरने क्रिमी होईपर्यंत फेटा. थोडा वेळ फ्रीजमध्ये सेट करून नंतर वापरा.

प्रकार २
एका उभट भांड्यात अर्धा कप दूध, १ कप ऑलिव्ह ऑईल किंवा सनफ्लॉवर तेल, प्रत्येकी पाव टी स्पून मीठ, मिरेपूड, अर्धा टी स्पून व्हिनेगर घ्या. इलेक्ट्रिक ब्लेंडर भांड्याच्या तळापर्यंत बुडवून हाय स्पीडवर चालू करा. मिश्रण पांढरे व्हायला लागले की ब्लेंडर वरखाली करून घट्ट होईपर्यंत फेटा. थोडा वेळ फ्रीजमध्ये सेट करून नंतर वापरा.

रुचिपालट :
प्रकार २ मध्ये दुधाऐवजी सोया मिल्क वापरा.

टीप

- कोणतेही दूध न तापवलेले आणि रुम टेम्परेचरचे असावे. (फ्रीजमधील गार नको.) तसेच दूध फूल क्रीम वापरावे.
- आवडत असल्यास मेयोनीजमध्ये अर्धा चमचा मध किंवा साखर वापरू शकता.

सावर क्रीम

कृती :
अर्धी वाटी चक्का व १ वाटी क्रीम एकत्र करून एकजीव होईपर्यंत फेटा.

व्हाईट सॉस

साहित्य :
१ टे. स्पून लोणी, १ टे. स्पून मैदा किंवा कणीक, २०० मिली दूध, प्रत्येकी पाव टी स्पून मीठ आणि मिरेपूड

कृती :
मैदा लोण्यात हलकासा भाजा. त्यात थोडे दूध घालून हलवून पेस्ट तयार करा. गुठळी होऊ देऊ नका. नंतर त्यात उरलेले दूध मिसळून सॉस घट्ट होईपर्यंत शिजवा. गॅस बंद करून त्यात मीठ आणि मिरेपूड मिसळा.

रुचिपालट

- **चीज सॉस :** व्हाईट सॉस गरम असतानाच त्यात किसलेले चीज अंदाजे पाव वाटी मिसळा.
- **गार्लिक सॉस :** व्हाईट सॉस शिजत आल्यावर त्यात अर्धा टी स्पून लसूण पेस्ट मिसळा.
- **मिंट सॉस :** तयार व्हाईट सॉसमध्ये थोडी पुदिना चटणी मिसळा. (चटणीमध्ये फक्त पुदिन्याची पाने, मिरची, कोथिंबीर, मीठ व थोडा लिंबूरस एकत्र करून वाटा.)

व्हेज रोल

साहित्य :

४ रोलच्या पोळ्या

स्टफिंगसाठी : १ टी स्पून प्रत्येकी तेल, बटर, लसूण पेस्ट, अर्धी वाटी प्रत्येकी बटाटा, गाजर, रेड-यलो-ग्रीन ढोबळी मिरची, बेबीकॉर्न- सर्वांचे लहान चौकोनी तुकडे, अर्धी वाटी स्वीट कॉर्न, चवीनुसार मीठ, मिरेपूड, चिली फ्लेक्स, अर्धा टी स्पून ओरेगानो

इतर : ४ लेट्यूसची पाने, ४ टे. स्पून मेयोनीज किंवा सावर क्रीम

कृती :

तेल व बटरमध्ये बटाटे २ मिनिटे झाकून शिजवा. नंतर त्यात लसूण पेस्ट, सर्व भाज्या, मीठ, मिरेपूड, चिली फ्लेक्स, ओरेगानो मिसळून ३-४ मिनिटे परता. गॅस बंद करून ५ मिनिटे झाकून ठेवा. नंतर मिश्रणाचे चार समान भाग करा.

एका पोळीला दोन्ही बाजूने तेल लावून तव्यावर गरम करा. त्यावर लेट्यूसचे एक पान ठेवा. त्यावर स्टफिंगचा १ भाग आडवा पसरा. वर मेयोनीज किंवा सावर क्रीम पसरून पोळी घट्ट गुंडाळून रोल करा. ॲल्युमिनिअम फॉईलमध्ये गरमगरम सर्व्ह करा.

याप्रमाणे बाकीच्या पोळ्यांचे रोल बनवा.

रुचिपालट

वरील भाज्यांऐवजी मटार, स्वीट कॉर्न व गाजराचे लहान तुकडे वाफवून ते थोड्याशा व्हाईट सॉसमध्ये मिसळा. त्यात थोडे किसलेले चीजही मिसळा. हे मिश्रण लेट्यूसच्या पानावर पसरून वरीलप्रमाणे रोल करा.

स्मोकी पनीर रॅप

साहित्य :

४ रोलच्या पोळ्या

स्टफिंगसाठी : १ ढोबळी मिरचीच्या उभ्या पातळ पट्ट्या, १ लहान कांद्याचे उभे पातळ काप, १ टी स्पून आलं–लसूण पेस्ट, चवीनुसार तिखट–मीठ–आमचूर पावडर, १ टी स्पून तेल, १ टी स्पून हळद, अर्धी वाटी मोडाचे मूग (ऐच्छिक), २०० ग्रॅम पनीरच्या २ इंच लांबीच्या जाड पट्ट्या, १ चमचा तूप

इतर : २ टे. स्पून व्हिनेगर व १ मिरचीचे पातळ काप एकत्र करून ठेवा, ४ लेट्यूसची पाने, ४ टे. स्पून मेयोनीज

कृती :

तेलात हळद, कांदा, आलं–लसूण पेस्ट परता. त्यात ढोबळी मिरचीच्या पट्ट्या, मूग, तिखट, मीठ, आमचूर पावडर मिसळून गॅसवर २–३ मिनिटे परता. नंतर पनीर मिसळून हलक्या हाताने हलवून गॅस बंद करा. एक कोळसा पेटवून एका वाटीत ठेवा. ती वाटी परतलेल्या मिश्रणावर ठेवा. कोळशावर तूप टाकून मिश्रणावर मोठे झाकण ठेवा. कोळशाचा स्मोक ४–५ मिनिटे स्टफिंगमध्ये मुरवा. स्टफिंगचे चार समान भाग करा.

एका पोळीवर लेट्यूसचे पान पसरा. त्यावर एका बाजूला स्टफिंगचा १ भाग आडवा पसरा. त्यावर व्हिनेगरमधल्या मिरचीचे ३–४ तुकडे, वर थोडे मेयोनीज पसरा. स्टफिंगभोवती पोळी घट्ट गुंडाळा. ब्रशने तेल लावून तव्यावर गरम करा. ॲल्युमिनिअम किंवा बटरपेपरच्या दोन तुकड्यांकडे रोल गुंडाळून गरमगरम सर्व्ह करा.

याप्रमाणे बाकीच्या पोळ्यांचे रोल बनवा.

पनीर ॲण्ड चीज रोल

साहित्य :

४ पोळ्या

स्टफिंगसाठी : २०० ग्रॅम पनीरचे अर्धा इंचाचे चौकोनी तुकडे, प्रत्येकी अर्धी वाटी कांदा व ढोबळी मिरचीचे अर्धा इंचाचे चौकोनी तुकडे

मॅरिनेशन : २ टे. स्पून दही, १ टी स्पून लसूण–मिरची पेस्ट, १ टे. स्पून कॉर्नफ्लोअर, पाव टी स्पून प्रत्येकी जिरेपूड–मिरेपूड–वेलचीपूड, चवीनुसार मीठ

इतर : ४ टे. स्पून मेयोनीज + पाव टी स्पून लसूण पेस्ट + अर्धा टी स्पून मिरेपूड एकत्र करा. कोबी, बिया काढलेली काकडी व गाजराचे बारीक चिरलेले उभे धागे, चाट मसाला, ४ टे. स्पून किसलेले चीज

कृती :

स्टफिंगसाठी मॅरिनेशनचे सर्व साहित्य एकत्र करून त्यात पनीर, कांदा व ढोबळी मिरचीचे तुकडे मिसळून १५–२० मिनिटे फ्रीजमध्ये मुरवत ठेवा. नंतर पॅनमध्ये थोड्या तेलात कोरडे होईपर्यंत परता. चार समान भाग करून ठेवा.

तयार केलेल्या गार्लिक मेयोनीजमध्ये कोबी, काकडी, गाजराचे धागे मिसळा.

एक पोळी दोन्ही बाजूंनी तेल लावून तव्यावर गरम करा. त्यावर एका बाजूला कोबी–मेयोचे मिश्रण आडवे पसरा. त्यावर स्टफिंगचा १ भाग पसरा. त्यावर चिमूटभर चाट मसाला टाका. पोळी घट्ट गुंडाळून रोल करा. ॲल्युमिनिअम फॉईलमध्ये गुंडाळून गरम सर्व्ह करा.

याप्रमाणे बाकीच्या पोळ्यांचे रोल बनवा.

सॅलड रोल

साहित्य :

४ पोळ्या

सॅलडसाठी स्टफिंग : वाफवलेले मटार, उकडलेले बटाटे, स्वीट कॉर्न, गाजर, बिया व साले काढलेले टोमॅटो, काकडी, लाल-पिवळ्या ढोबळी मिरची इत्यादींचे लहान चौकोनी तुकडे, डाळिंबाचे दाणे, वाफवलेले मोडाचे मूग किंवा छोले- सर्व मिळून ३ वाट्या, १ वाटी मेयोनीज

इतर : ४ लेट्यूस किंवा सॅलडची पाने

कृती :

सॅलडचे सर्व साहित्य एकत्र करून त्यात मेयोनीज मिसळा. स्टफिंगचे चार सारखे भाग करा.

एका पोळीला दोन्ही बाजूने तेल लावून तव्यावर गरम करा. त्यावर लेट्यूसचे किंवा सॅलडचे पान ठेवा. एका बाजूला स्टफिंगचा १ भाग आडवा पसरा. पोळी गुंडाळून रोल करा. ॲल्युमिनिअम फॉईलमध्ये गुंडाळून सर्व्ह करा.

याप्रमाणे बाकीच्या पोळ्यांचे रोल बनवा.

टीप

सॅलडसाठी वरीलपैकी जे प्रकार घरात असतील ते वापरा. नुसते काकडी, टोमॅटो, सफरचंद, डाळींब, मेयोनीजमध्ये मिसळून तयार केलेले 'रशियन सॅलड' वापरूनही हा रोल उत्तम होतो.

चिली पनीर स्टफ्ड फ्राईड रोल

साहित्य :

४ पोळ्या

स्टफिंगसाठी :

(१) २०० ग्रॅम पनीरचे अर्ध्या इंचाचे चौकोनी तुकडे, ४ टे. स्पून मैदा, ४ टे. स्पून कॉर्नफ्लोअर, पाव टी स्पून मीठ, चिमूटभर बेकिंग पावडर

(२) २ टी स्पून तेल, २ टी स्पून आलं–लसूण–मिरची पेस्ट, ३ टी स्पून चिरलेला पातीचा कांदा, १ टी स्पून सोया सॉस, २ टी स्पून स्वीट रेड चिली सॉस, अर्धा टी स्पून व्हिनेगर, ३ टी स्पून बारीक चिरलेली कांदापात

इतर : ४ लेट्यूसची पाने, ४ टे. स्पून सावर क्रीम

कृती :

मैदा, कॉर्नफ्लोअर, मीठ, बेकिंग पावडर एकत्र करून पाण्याने भज्याच्या पिठाप्रमाणे भिजवा. त्यात पनीरचे तुकडे बुडवून कुरकुरीत भजी तळा.

तेलात आलं–लसूण–मिरची व कांदा परता. त्यात तळलेली भजी, सोया सॉस, चिली सॉस, व्हिनेगर मिसळून टॉस करा. कांदापात मिसळून गॅस बंद करा. मिश्रणाचे चार समान भाग करा.

एका पोळीला दोन्ही बाजूने तेल लावून तव्यावर गरम करा. त्यावर लेट्यूसचे पान ठेवा. एका बाजूला स्टफिंगचा १ भाग आडवा पसरा. वर सावर क्रीम पसरून पोळी गुंडाळून रोल करा. ॲल्युमिनिअम फॉईलमध्ये रोल गुंडाळून गरमगरम सर्व्ह करा.

याप्रमाणे बाकीच्या पोळ्यांचे रोल बनवा.

रुचिपालट

नुसत्या पनीरची भजी न करता पनीरबरोबर रेड–यलो–ग्रीन ढोबळी मिरची व कांद्याचे लहान चौकोनी तुकडे कापून त्यांचीही भजी तळा व वरील रोलमध्ये वापरा.

गोभी मंच्युरियन रॅप

साहित्य :

४ पोळ्या

स्टफिंगसाठी :

(१) फ्लॉवरचे १५-२० लहान तुरे, प्रत्येकी अर्धी वाटी मैदा आणि कॉर्नफ्लोअर, चवीनुसार मीठ, चिमूटभर बेकिंग पावडर, तेल

(२) २ टी स्पून तेल, १ टे. स्पून लसूण पेस्ट, १ टी स्पून बारीक चिरलेली सेलरी (स्टिक), १ टी स्पून सोया सॉस, १ टे. टोमॅटो सॉस, २ टे. स्पून बारीक चिरलेली कोथिंबीर

इतर : ४ लेट्यूसची पाने, ४ टे. स्पून मेयोनीज

कृती :

मैदा, कॉर्नफ्लोअर, मीठ, बेकिंग पावडर एकत्र करून पाण्याने भज्याच्या पिठाप्रमाणे भिजवा. त्यात फ्लॉवरचे तुरे बुडवून कुरकुरीत भजी तळा.

तेलात लसूण व सेलरी परता. त्यात तळलेली भजी, सोया सॉस, टोमॅटो सॉस मिसळून टॉस करा. कोथिंबीर मिसळा. मिश्रणाचे चार समान भाग करा.

एका पोळीला दोन्ही बाजूने तेल लावून तव्यावर गरम करा. त्यावर लेट्यूसचे पान ठेवा. एका बाजूला स्टफिंगचा १ भाग आडवा पसरा. वर मेयोनीज घालून पोळी गुंडाळून रोल करा. ॲल्युमिनिअम फॉईलमध्ये गुंडाळून गरमगरम सर्व्ह करा.

याप्रमाणे बाकीच्या पोळ्यांचे रोल बनवा.

रुचिपालट

१) फ्लॉवरऐवजी पनीरची भजी वापरून पनीर मंच्युरियन रॅप बनवा.

२) कोबी, गाजर, ढोबळी मिरची, बीन्स, कांदापात या भाज्या बारीक चिरून त्यात आलं-लसूण-मिरची पेस्ट, मीठ, मिरेपूड, सोया सॉस, अजिनोमोटो व बेकिंग पावडर मिसळा. त्यात मावेल एवढा मैदा व कॉर्नफ्लोअर मिसळून पीठ भज्याच्या पिठाप्रमाणे भिजवा. लहानलहान भजी तळा. ही भजी वापरून वरीलप्रमाणे व्हेज मांच्युरियन रॅप बनवा.

पोटॅटो फ्रँकी

साहित्य :
४ पोळ्या
स्टफिंगसाठी :
(१) २ मोठे बटाटे, मीठ, मिरेपूड, २ टे. स्पून मैदा, २ टे. स्पून कॉर्नफ्लोअर, २ टे. स्पून तेल
(२) २ टे. स्पून मेयोनीज, २ टे. स्पून टोमॅटो सॉस, १ टी स्पून मस्टर्ड सॉस (ऐच्छिक)
इतर : ४ लेट्यूसची किंवा सॅलडची पाने

कृती :
बटाटे स्वच्छ धुवून, पुसून सालासकट त्याच्या उभ्या अर्धा सेमी × अर्धा सेमी जाडीच्या सळया कापा. त्यावर मीठ, मिरेपूड व तेल टाकून टॉस करा. नंतर मैदा व कॉर्नफ्लोअर टाकून टॉस करा.

पॅनमध्ये थोड्या तेलात शिजेपर्यंत परता किंवा मायक्रोवेव्ह अथवा ओव्हनमध्ये १५ मिनिटे ग्रिल करा. चार समान भाग करा.

एका पोळीला दोन्ही बाजूने तेल लावून तव्यावर गरम करा. त्यावर लेट्यूसचे पान ठेवा. मेयोनीज, टोमॅटो सॉस व मस्टर्ड सॉस एकत्र मिसळून त्यावर पसरा. एका बाजूला स्टफिंगचा १ भाग आडवा पसरा. पोळी गुंडाळून रोल करा. तयार फ्रँकीला वरून तेल लावून पुन्हा थोडी क्रिस्पी होईपर्यंत गरम करा. बाईट साईज तुकडे करून गरमगरम सर्व्ह करा.

याप्रमाणे बाकीच्या पोळ्यांचे रोल बनवा.

टीप

फ्रँकी पुन्हा गरम करून क्रिस्पी न करता नुसती पोळी गुंडाळून रोलप्रमाणेही करू शकता; पण क्रिस्पी केल्याने फ्रँकी अधिक चटकदार होते.

ॲस्परॅगस ॲण्ड बेबी कॉर्न रोल

साहित्य :

४ रोलच्या पालकाच्या पोळ्या

स्टफिंगसाठी : प्रत्येकी १ वाटी ॲस्परॅगस व बेबी कॉर्नचे १ इंचाचे तुकडे, अर्धी वाटी स्वीट कॉर्न, १ टे. स्पून बटर, मीठ, मिरेपूड, चिली फ्लेक्स, ओरेगॅनो

इतर : ४ लेट्यूसची पाने, ४ टे. स्पून चीज सॉस, कोबी व गाजराचे लांब बारीक धागे, मोडाचे मूग

कृती :

स्टफिंगचे सर्व साहित्य एकत्र करा. गॅसवर ४-५ मिनिटे परता किंवा ३-४ मिनिटे मायक्रोवेव्ह करा. चार समान भाग करा.

एका पोळीला दोन्ही बाजूने तेल लावून तव्यावर गरम करा. त्यावर लेट्यूसचे पान ठेवा. त्यावर चीज सॉस पसरा. एका बाजूला स्टफिंगचा १ भाग आडवा पसरा. वर कोबी, गाजराचे धागे व मोडाचे मूग पसरा. पोळी घट्ट गुंडाळून रोल करा. ॲल्युमिनिअम फॉईलमध्ये गुंडाळून गरमगरम सर्व्ह करा.

याप्रमाणे बाकीच्या पोळ्यांचे रोल बनवा.

चिकन एग रोल

साहित्य :

४ रोलच्या पोळ्या, २ अंडी, मीठ, मिरेपूड, तेल

स्टफिंगसाठी : २०० ग्रॅम चिकनचे १ सेमी जाडीचे चौकोनी तुकडे, मीठ, मिरेपूड, अर्धा टी स्पून लसूण पेस्ट, अर्धा टी स्पून लिंबू रस, तेल

इतर : ४ लेट्यूसची पाने, अर्धी वाटी किसलेले चीज, ४ टे. स्पून मेयोनीज

कृती :

१) चिकनच्या तुकड्यांना मीठ, मिरेपूड व लसूण पेस्ट लावून १५ मिनिटे ठेवा. नंतर दोन चमचे तेलात पॅनमध्ये शिजेपर्यंत परता किंवा ३-४ मिनिटे मायक्रोवेव्ह करा. नंतर त्याचे चार समान भाग करा.

२) अंडी फेटून त्यात मीठ, मिरेपूड मिसळून ठेवा.

३) एका पोळीला दोन्ही बाजूने तेल लावून एक बाजू तव्यावर चांगली गरम करा. पोळी उलटून त्यावर थोडे फेटलेले अंडे चमच्याने टाकून पसरा. अंडे शिजत आले की पोळी परत उलटा. अंड्याची जोडपोळी तयार करून घ्या.

४) आता पोळीची अंड्याची बाजू वर करून त्यावर लेट्यूसचे पान ठेवा. मेयोनीज पसरा. खालच्या भागात स्टफिंगचा १ भाग आडवा पसरा. त्यावर थोडे किसलेले चीज पसरा. पोळीचा घट्ट रोल करा. ॲल्युमिनिअम फॉईलमध्ये गुंडाळून गरमगरम सर्व्ह करा.
याप्रमाणे बाकीच्या पोळ्यांचे रोल बनवा.

रुचिपालट

वरील रोलमध्ये चिकनच्या तुकड्यांऐवजी तयार चिकन किंवा मटण खिमा वापरा.

तंदूर चिकन रोल

साहित्य :

४ पोळ्या, २ अंडी, मीठ, तेल

स्टफिंगसाठी : २५० ग्रॅम चिकन (बोनसह मोठे तुकडे)

मॅरिनेशन : अर्धी वाटी चक्का किंवा घट्ट दही, २ टी स्पून आलं-लसूण पेस्ट, तिखट-मीठ-हळद-गरम मसाला चवीनुसार, २ टी स्पून कसूरी मेथी

इतर : कोबी, कांदा, गाजराचे बारीक लांब धागे, बारीक चिरलेली कोथिंबीर, चाट मसाला, ४ टे. स्पून टोमॅटो सॉस, ४ टे. स्पून मेयोनीज

कृती :

१) चिकनच्या तुकड्यांना सुरीने चिरा द्या. मॅरिनेशनचे साहित्य एकत्र करून त्यात चिकनचे तुकडे १५-२० मिनिटे मुरवत ठेवा. नंतर २ चमचे तेलात चिकन शिजेपर्यंत परता. त्यानंतर एकेक तुकडा फुलका भाजायच्या चिमट्यात पकडून मोठ्या गॅसवर जाळात धरून वांगे भाजतो त्याप्रमाणे सगळीकडून खरपूस होईपर्यंत भाजा किंवा काचेच्या भांड्यात चिकनचे तुकडे घेऊन ३-४ मिनिटे मायक्रोवेव्ह करा. नंतर ते बेकिंग ट्रेमध्ये ठेवून ट्रे हाय रॅकवर ठेवा. १०-१२ मिनिटे खरपूस होईपर्यंत ग्रिल करा. गार झाल्यावर भाजलेले चिकन बोटांनी सोलून बोनपासून सुटे करा व त्याचे चार समान भाग करा. त्यावर चाट मसाला टाका.

२) अंडी फेटून त्यात मीठ मिसळून ठेवा.

३) एका पोळीला दोन्ही बाजूने तेल लावून एक बाजू तव्यावर चांगली गरम करा. पोळी उलटून त्यावर थोडे फेटलेले अंडे चमच्याने टाकून पसरा. अंडे शिजत आल्यावर पोळी उलटा. अंड्याची जोडपोळी तयार करून घ्या.

४) आता पोळीची अंड्याची बाजू वर करून त्यावर मेयोनीज व टोमॅटो सॉस पसरा. त्यावर कोबी, गाजर, कांदा पसरा. खालच्या भागात स्टफिंगचा १ भाग आडवा पसरा. त्याभोवती पोळी घट्ट गुंडाळून रोल करा. ॲल्युमिनिअम फॉईल किंवा बटरपेपरमध्ये गुंडाळून गरमगरम सर्व्ह करा.

रुचिपालट

वरील रोलमध्ये तंदूर चिकनऐवजी चिली चिकन वापरा.

चिली चिकन : बोनलेस चिकनच्या लांब पातळ पट्ट्या, कांदा, यलो-ग्रीन-रेड ढोबळी मिरचीच्या लांब पट्ट्या एकत्र मिसळून त्यांना सोया सॉस, मिरेपूड लावून १५-२० मिनिटे ठेवा.

२ चमचे तेलात २ टी स्पून लसूण व अर्धा टी स्पून हिरवी मिरची (दोन्ही बारीक चिरून) परता. त्यात मॅरिनेट केलेले चिकन व भाज्या परता. २ टी स्पून स्वीट रेड चिली सॉस टाकून मिश्रण पूर्ण शिजून कोरडे होईपर्यंत परता. शेवटी त्यात बारीक चिरलेली कांदापात मिसळा. कोणत्याही प्रकारचे कोरडे शिजवलेले चिकन रोलसाठी वापरू शकता.

स्वीट चॉकलेट रोल

साहित्य :

२ मोठे पराठे किंवा ४ पोळ्या

स्टफिंगसाठी :

१०० ग्रॅम कुकिंग मिल्क चॉकलेट, १०० ग्रॅम कुकिंग डार्क चॉकलेट, ४ टे. स्पून क्रीम, काजू-बदाम-अक्रोडचे बारीक तुकडे

कृती :

१) दोन्ही चॉकलेटचे लहान तुकडे करून ठेवा. थोड्या मोठ्या भांड्यात क्रीम वर येईपर्यंत गरम करून गॅस बंद करा. त्यात सर्व चॉकलेटचे तुकडे टाकून ते वितळेपर्यंत ढवळत राहा.

२) एका पराठ्यावर निम्मे चॉकलेट पसरा. त्यावर निम्मे ड्रायफ्रूट्सचे तुकडे पसरून पराठा घट्ट गुंडाळा. ॲल्युमिनिअम फॉईलमध्ये गुंडाळून सर्व्ह करा.
किंवा

२) या रोलसाठी पोळ्या वापरायच्या असल्यास एका पोळीवर एक-चतुर्थांश चॉकलेट, एक-चतुर्थांश ड्रायफ्रूट्स पसरा. त्यावर दुसरी पोळी ठेवा. या पोळीवरही एक-चतुर्थांश चॉकलेट, एक-चतुर्थांश ड्रायफ्रूट्स पसरा. दोन्ही पोळ्यांचा मिळून रोल करा.

३) याप्रमाणे बाकीच्या पराठ्याचे किंवा पोळ्यांचे रोल बनवा.

टीप

हा रोल 'डेझर्ट' म्हणून किंवा डब्यात देण्यासाठी वापरा.

ड्रायफ्रूट्स तुकडे स्वरूपात आवडत नसल्यास मिक्सरमधून पूड करून वापरा. तसेच ड्रायफ्रूट्सच्या मिश्रणात निम्मी जवसाची पूड मिसळल्यास चवीत फारसा बदल न होता रोल अधिक आरोग्यदायक व पौष्टिक होईल.

पुऱ्या

पोळ्या, पराठे, रॅप, रोल यांचा विचार करताना पुरी हा महत्त्वाचा प्रकार विसरून कसा चालेल? पण थोडी वेगळी– थोडी हटके. फरक फक्त आकाराचा आणि तव्यावर भाजणे व तेलात तळणे एवढाच. खाण्यासाठी पोळी, पराठ्यापेक्षा पुरी जास्त खमंग खुसखुशीत; पण आरोग्याच्या दृष्टीने मात्र... जरा जपून! सणावाराला किंवा अधूनमधून ठीक!

पुरी खुसखुशीत होण्यासाठी आणि टम्म फुगण्यासाठी :

१) पीठ सैल भिजवू नये. अति घट्टही नको. पुरी फार पातळ लाटू नये. पुरी खुसखुशीत होण्यासाठी, तळताना फाटू नये म्हणून भिजवताना पिठात थोडा मैदा व थोडा रवा वापरावा. रव्यामुळे पुरीला थोडा कडकपणा येतो व पुरी लगेच मऊ पडत नाही.

२) भिजवलेले पीठ अर्धा तास झाकून ठेवून नंतर पुऱ्या कराव्यात. त्यामुळे पिठाला लवचीकपणा येतो व पुरी तळताना चांगली फुगते.

३) भिजवताना पिठात चवीपुरते मीठ व थोडी साखरही घालावी; तसेच गार किंवा उकळत्या तेलाचे मोहन योग्य प्रमाणात घालावे. मोहन जास्त झाल्यास पुऱ्या तेलकट होतात.

४) पुऱ्यांसाठी लहान आकाराच्या लाट्या करून झाकून ठेवाव्यात. म्हणजे पुऱ्या पटपट लाटून होतात. पुऱ्या एकटीनेच करायच्या असल्यास (म्हणजे कोणी मदतीला नसल्यास) ८–१० पुऱ्या लाटून ताटात एकेरी ठेवाव्यात. तेवढ्या तळून घ्याव्यात. नंतर पुढच्या ८–१० पुऱ्या लाटाव्यात. त्यामुळे तारांबळ होत नाही. पुऱ्या एका वेळी चार–पाच किंवा जास्त; आणि त्याही पटकन तळल्या जातात. तेवढ्या वेळात पुढच्या पुऱ्या लाटून झालेल्या नसतात. म्हणून या बॅचेस पद्धतीने कराव्यात.

पुऱ्यांसाठी दुसरी पद्धत : मोठ्या गोळ्याची एकच मोठी किंचित जाड पोळी लाटावी व वाटीने किंवा पेल्याने त्यातून पुऱ्या कापून घ्याव्यात. पुऱ्या एकसारख्या आकाराच्या व झटपट लाटून होतील.

पुऱ्यांसाठी पुरीप्रेस वापरायचा असल्यास : प्लास्टिकचे किंवा बटरपेपरचे दोन कागद घ्या. त्यातील एक पुरीप्रेसच्या पाळीवर ठेवा. त्यावर ब्रशने तेल लावून वर लाटी ठेवा. लाटीवर दुसरा पेपर तेल लावून ठेवा व नंतर प्रेस दाबून पुरी करा. दोन्ही प्लास्टिक कागदातून पुरी सोडवून घ्या. तीन–चार पुऱ्यांनंतर किंवा पुरी कागदाला चिकटायला लागल्यास पुन्हा कागदांना तेल लावा.

६) पुरी लाटताना कोरडे पीठ वापरू नका. पीठ घट्ट भिजवल्यास त्याची गरजच पडत नाही. गरज पडल्यास तेल लावून पुरी लाटा. कोरड्या पिठामुळे तळताना तेल खराब होते, शेवटच्या पुऱ्यांना जळका वास येतो.

७) तळताना तेल तापल्यावर गॅस मध्यम किंवा त्यापेक्षाही थोडा कमी करून घ्यावा. (पूर्ण मंद आचेवर पुऱ्या तळू नयेत. त्या फार तेलकट होतात व पूर्ण मोठ्या गॅसवर करपतात.) तळण्यासाठी पुरीची वरची बाजू उलटी करून (म्हणजे खालच्या दिशेला करून) पुरी तेलात सोडावी. झाऱ्याने अलगद दाबत राहावी म्हणजे पुरी सगळीकडून फुगते. नंतर उलटून काही सेकंदातच बाहेर काढावी. उलटलेली बाजू लवकर तळून होते.

८) पुरी लाटायला सुरुवात करण्यापूर्वी वर्तमानपत्राच्या गड्ड्यावर कोरे कागद किंवा टिश्यू पेपर्स पसरून ठेवावा. त्यावर तळून झालेल्या पुऱ्या काढाव्यात. कागदात पुऱ्यातले तेल शोषले जाऊन पुऱ्या कमी तेलकट होतात.

९) पुऱ्या तळताना गॅस मध्यम असला तरी तेलाचे तापमान हळूहळू वाढत असते. पुरी तेलात टाकल्याटाकल्या लगेच जास्त ब्राऊन होत आहे असे दिसल्यास गॅस कमी करावा. दोन–तीन पुऱ्या तळून झाल्यावर पुन्हा आच मध्यम करून घ्यावी.

१०) **जेवणाच्या वेळी पुऱ्या गरमागरम तळून घ्यायच्या असल्यास :** प्लास्टिकच्या मोठ्या पिशव्या कडेने कापून मोठे तुकडे तयार करावेत. एका मोठ्या ताटात प्लास्टिकचा एक तुकडा ठेवून त्यावर लाटलेल्या पुऱ्या एकेरी, एकमेकींना चिकटू न देता मावतील तेवढ्या ठेवाव्यात. त्यावर प्लास्टिकचा दुसरा तुकडा पसरून त्यावर पुढच्या पुऱ्या, त्यावर पुन्हा प्लास्टिकचा तुकडा, त्यावर पुऱ्या– अशा पद्धतीने सर्व पुऱ्या लाटून ठेवाव्यात. शेवटच्या पुऱ्यांवरही प्लास्टिक झाकून ताटावर मोठी परात झाकून ठेवावी म्हणजे पुऱ्या तळेपर्यंत वाळत नाहीत. या पुऱ्या आयत्या वेळीही तळून घेता येतात.

टीप : या पद्धतीने पुऱ्या एकदम लाटून ठेवायच्या असल्यास पुऱ्यांच्या नेहमीच्या कणकेपेक्षाही ही कणीक आणखी थोडी घट्ट भिजवावी.

साध्या पुऱ्या

साहित्य :
२ वाट्या कणीक, अर्धी वाटी मैदा, अर्धा टी स्पून मीठ, १ टी स्पून साखर, २ टे. स्पून कडकडीत तापवलेले तेलाचे मोहन, १ टे. स्पून रवा (ऐच्छिक), तळण्यासाठी तेल

कृती :
१) कणीक, मैदा, मीठ, साखर नीट एकत्र मिसळून त्यात तेलाचे मोहन घाला. उलथण्याने ते पिठात नीट मिसळा. नंतर पाण्याने पीठ घट्ट भिजवून अर्धा तास झाकून ठेवा.
२) हव्या त्या आकाराच्या जाडसर पुऱ्या लाटून मध्यम आचेवर तळा. तळलेल्या पुऱ्या कोऱ्या कागदावर किंवा टिश्यू पेपरवर काढा.

तिखट पुऱ्या

कृती :
१ वाटी कणीक, अर्धी वाटी मैदा, अर्धी वाटी बेसन पीठ, पाव वाटी रवा, चवीनुसार मीठ, तिखट, हळद, साखर, जिरेपूड व तेलाचे मोहन मिसळून पीठ पाण्याने घट्ट भिजवून अर्धा तास झाकून ठेवा. नंतर वरीलप्रमाणे पुऱ्या करा.

रुचिपालट

१. **गार्लिक पुरी :** तिखट पुरीच्या पिठात लसूण पेस्ट मिसळा.
२. **पालक पुरी :** तिखट पुरीचे पीठ पालकाच्या प्युरीत भिजवा.
३. **टोमॅटो पुरी :** तिखट पुरीचे पीठ टोमॅटोच्या प्युरीत भिजवा.
४. **मेथी पुरी :** तिखट पुरीच्या पिठात चिरलेली मेथी मिसळा.
५. **मैद्याची खारी पुरी :** मैद्यामध्ये मीठ, मिरेपूड, जिरेपूड व तेलाचे मोहन घालून घट्ट भिजवा. लहान, पातळ पुऱ्या लाटून त्यावर सुरीने चिरा द्या. तळताना झाऱ्याने तेलात दाबूनदाबून गुलाबी रंगावर तळा. गार झाल्यावर या पुऱ्या खारीप्रमाणे खुसखुशीत होतात.

पाणीपुरीच्या पुऱ्या

साहित्य :
१ वाटी रवा, २ टे. स्पून मैदा, अर्धा टी स्पून मीठ, चिमूटभर सोडा, अर्धी वाटी पाणी

कृती :
१) सर्व साहित्य एकत्र करून लागेल तसे पाणी वापरून पीठ साधारण घट्टसर भिजवा. तीन-चार मिनिटे खूप मळा. अर्धा तास झाकून ठेवा.
२) पुन्हा तेलाच्या हाताने मळून एका गोळ्याची मोठी पातळ पोळी लाटा. लहान वाटीने पुऱ्या कापा. मध्यम आचेवर दोन्हीकडून सोनेरी रंगावर तळा. पुरी तेलात टाकली की लगेच टम्म फुगते. तळलेल्या पुऱ्या टिश्यू पेपरवर काढा. गार झाल्यावर पुऱ्या कडक होतात. नंतर हवाबंद डब्यात करून ठेवा.

टीप

गार झाल्यानंतरही पुऱ्या नरम राहिल्यास त्या एखादा मिनिट मायक्रोवेव्ह करा. गार झाल्याववर पुऱ्या पुन्हा एकदम कडक होतात.

भाकरी

(हाताने थापून करायची रोटी)

सर्वसाधारणपणे पोळीलाच चपाती किंवा रोटी म्हणतात. पण पोळ्यांखेरीज आणखी काही प्रकारांनाही रोटी म्हणून संबोधले जाते. उदाहरणार्थ, मक्के की रोटी, बाजरे की रोटी, चावल की रोटी, जवार की रोटी.

महाराष्ट्रात यांनाच आपण भाकरी म्हणतो. पोळीसारखेच भाकरी हेही महाराष्ट्रातले आणि भारतातल्या बऱ्याच प्रांतातले रोजच्या जेवणातले प्रमुख अन्न आहे. भाकरी आणि पोळी यांत पिठांच्या गुणधर्मापासून ते करायच्या पद्धतींपर्यंत खूपच फरक आहे.

पोळी आणि भाकरीतील फरक :

पोळी : पोळी ही गव्हाची कणीक, मैदा, आटा इत्यादी पिठांपासून बनवतात. गव्हात ग्लुटेन जास्त प्रमाणात असते– म्हणजेच भिजवलेल्या कणकेला तार येण्याचा गुणधर्म त्यात असतो. भिजवलेली कणीक चिकटही असते. त्यामुळेच पोळी लाटण्याने हवी तितकी पातळ आणि मोठी लाटता येते.

भिजवलेली कणीक थोडा वेळ झाकून तशीच ठेवल्यास ती तेवते– म्हणजे तिच्यातील तार येण्याचा गुणधर्म वाढतो. त्यामुळे पोळी लाटायला सोपी जाते. भाजताना तव्यावर फुगते. २०–२५ किंवा त्याहीपेक्षा जास्त पोळ्यांची कणीक एकदम भिजवून ठेवता येते.

भाकरी : मका, ज्वारी, बाजरी, तांदूळ, नाचणी इत्यादी धान्यांच्या पिठात गव्हाच्या पिठाप्रमाणे 'तार' येण्याचा गुणधर्म नसतो (किंवा अत्यल्प प्रमाणात असतो). त्यामुळे यापैकी कुठल्याच पिठाची पोळी लाटता येत नाही. त्यांची हाताने थापून 'भाकरी' करावी लागते. तसेच ही पिठे भिजवून थोडा वेळ ठेवून दिल्यास विसविशीत होतात, त्यांची भाकरी नीट थापता येत नाही. थापताना भाकरी चिराळते किंवा फाटते. त्यामुळे जास्त भाकरीचे पीठ कणकेप्रमाणे एकदम भिजवून ठेवता येत नाही. ते एकेका भाकरीचे किंवा फारतर दोन–तीन भाकरीचे एकदम भिजवता येते.

भाकरी करण्याची तंत्रे :

भाकरी करण्यातले (१) पीठ भिजवणे आणि मळणे (२) भाकरी थापणे (३) थापलेली भाकरी तव्यावर भाजणे, असे महत्त्वाचे तीन टप्पे आहेत.

१) पीठ भिजवणे :

भाकरीसाठी पीठ शक्यतो ताजे वापरावे. पीठ फार जुने (१५–२० दिवसांपेक्षा जास्त दिवसांपूर्वीचे) असल्यास पिठाची 'विरी' जाते– म्हणजे पिठाला अजिबातच चिकटपणा येत नाही. त्यामुळे भाकरी नीट थापता येत नाही. पीठ फार जुने झाल्यास पिठाची चवही बदलते. विशेषत: बाजरीचे पीठ कडवट होते.

परातीत पीठ घेऊन मध्ये खळगा करावा. गॅसवरील तापलेल्या (खोलगट) तव्यात पाणी ओतून ते उकळल्यावर पिठाच्या खळग्यात ओतावे. त्या पाण्यात बाजूचे पीठ उलथण्याने मिसळून दडपून ठेवावे. नंतर मळून घ्यावे. (या पाण्याला 'ओतवणी' म्हणतात.)

एका वेळी एक किंवा फारतर दोन–तीन भाकरींचे पीठ एकदम भिजवावे. पीठ फार घट्ट किंवा फार सैल भिजवू नये.

२) भाकरी थापणे :

भिजवलेल्या पिठाचा भाकरीच्या आकारानुसार गोळा परातीत किंवा मोठ्या थाळ्यात घेऊन मनगटाने पुढच्या दिशेने जोर देत मळावा. पीठ फार घट्ट वाटल्यास पाण्याच्या हाताने मळावे. भाकरी फार जोर न देता सहज थापता येईल इतपत मऊ होईपर्यंत मळावे. नंतर मळलेला गोळा दोन्ही तळहातांमध्ये धरून, गोलगोल फिरवून, हातातच थोडा दाबून चपटा करावा व परातीत किंवा थाळ्यात किंवा पोळपाटावर कोरडे पीठ पसरून त्यावर ठेवावा. हातालाही कोरडे पीठ लावावे. तळहात व अंगठ्यासह सर्व बोटे पिठाच्या गोळ्यावर पसरून बोटांनी तो गोळा कडेकडेने गोलाकार हात फिरवत थापत राहावा. तीन–चार वेळा थापून झाले की हात न उचलता भाकरी तशीच उजवीकडे थोडीशी (अंदाजे ३०–४० अंशात) फिरवावी. याप्रमाणे परतपरत तीन–तीन वेळा थापून फिरवत संपूर्ण भाकरी गोलाकार थापावी. थापताना भाकरी परातीला चिकटू

लागल्यास ती अलगदपणे बाजूला सरकवून परातीत पुन्हा थोडे कोरडे पीठ पसरावे. हाताला पीठ चिकटू नये म्हणून मधूनमधून हातालाही कोरडे पीठ लावावे. कडेने थापत गेल्याने भाकरी 'काठात' पातळ होते. कडेने थापत असताना मधला भाग आपोआप थापला जातो; तरीही मध्ये जाड राहिल्यास मधला भाग हळूहळू थापून भाकरी सगळीकडून सारख्या जाडीची करावी. भाकरी एकदम पातळ किंवा थोडी जाड थापता येते. जाडीनुसार भाजण्याचे तंत्र ठरवावे लागते.

लक्षात ठेवा :

- भाकरीचे पीठ फार सैल असल्यास किंवा फार जोर देऊन थापल्यास हाताला किंवा परातीला चिकटते व थापताना भाकरी मध्ये फाटते.
- पीठ फार घट्ट असल्यास भाकरी भरभर पसरत नाही. थापायलाही गरजेपेक्षा जास्त कष्ट पडतात.
- पीठ नीट मळलेले नसल्यास थापताना भाकरी कडेने चिराळते किंवा भाकरीचे तुकडे पडतात.

३) भाकरी भाजणे :

भाकरी भाजण्यासाठी शक्यतो खोलगट तवा वापरावा. सपाट तव्यावर भाकरी भाजताना तिची कड तव्यापासून किंचित वर उचलली जाते. त्यामुळे ती कडेने नीट भाजली जात नाही. खोलगट तव्यात कडेपर्यंत संपूर्ण भाकरी तव्याला चिकटून राहते व नीट भाजली जाते.

भाकरी थापायला घेतानाच तवा गॅसवर तापत ठेवावा. १–२ मिनिटांत तवा तापल्यावर भाकरी थापून होईपर्यंत गॅस बारीक करून ठेवावा. भाकरी तव्यावर टाकण्यापूर्वी तवा ओल्या कपड्याने पुसून घ्यावा. त्यामुळे तव्याच्या पृष्ठभागाचे तापमान थोडे कमी होते व भाकरी खालून करपत नाही.

भाकरी थापून झाल्यावर ती हळूच कडेला सरकवत परातीच्या थोडी बाहेर येऊ द्यावी व तशीच पुढे हातावर घेऊन पटकन तव्यावर पालथी टाकावी, म्हणजे भाकरीची कोरड्या पिठाची बाजू वर राहील. भाकरी तव्यावर टाकल्यानंतर तिच्यावर थोडे पाणी शिंपडावे व ते हाताने भरभर फिरवत भाकरीवर सगळीकडे पसरवावे. भाकरीचा संपूर्ण पृष्ठभाग कडेपर्यंत ओला करावा. आता गॅस मोठा करावा. भाकरीवर पसरलेले पाणी जिरले की उलथणे तवा आणि भाकरीच्या मध्ये कडेकडेने खुपसून भाकरी तव्यावर सरकायला लागल्याची खातरी करावी. नंतर लगेच उलथणे भाकरीच्या मध्याच्याही पुढेपर्यंत नेऊन भाकरी पटकन उलटावी. बिचकत भाकरी उलटल्यास तिचे तुकडे पडतात. भाकरी मोठ्या आकाराची असल्यास उलथण्याऐवजी दोन्ही हातांच्या बोटांत धरून उलटावी.

उलटलेली बाजू तव्यावर फिरवत सगळीकडून पूर्ण भाजावी. भाकरी पातळ थापलेली असल्यास मोठ्या गॅसवर आणि थोडी जाड असल्यास मध्यम गॅसवर भाजावी. त्यानंतर तवा

गॅसवरून बाजूला काढून भाकरी गॅसच्या जाळावर उलटून म्हणजे वरची कमी भाजलेली बाजू जाळावर पडेल अशा पद्धतीने टाकावी. गॅस पूर्ण मोठा करावा. भाकरी जाळावर पडली की लगेच फुगायला लागते. भाकरीचा न फुगलेला भाग गॅसच्या बर्नरवर म्हणजे प्रत्यक्ष जाळात घेत भाकरी सगळीकडून फुगू द्यावी. गॅसवर जाळात भाजलेल्या या भागाला 'पातोडा' किंवा 'पापोडा' म्हणतात. पातोडा पातळ असतो आणि जाळात भाजला गेल्यामुळे थोडा कडक आणि खरपूस असतो. टम्म फुगलेल्या भाकरीचा पूर्ण गोल पातोडा काढता येतो. पातोडा काढलेली भाकरी जाड व मऊ असते.

टीप : गरम भाकरीचा पूर्ण गोल पातोडा काढून भाकरीवर साजूक तूप व मीठ किंवा जवसाची किंवा इतर कोणतीही कोरडी चटणी पसरावी व भाकरी पातोड्याने झाकावी. अशी गरम भाकरी चवीला अप्रतिम लागते.

भाजून झालेली भाकरी भिंतीच्या किंवा वायर रॅकच्या आधाराने उभी करून ठेवावी किंवा जाळीवर टाकावी म्हणजे भिजट होत नाही. थोडी गार झाल्यावर डब्यात ठेवावी.

खबरदारी : भाकरी जाळावर टाकल्यावर भरभर उचलून फिरवावी लागते, नाहीतर जळते. तसेच भाकरी फुगायला लागल्यावर तिच्यातील वाफ कुठूनतरी वाट शोधून जोरात बाहेर पडते. त्यामुळे हात भाजण्याची दाट शक्यता असते. वाफेची उष्णता जास्त असल्याने फोड येऊ शकतो. त्यामुळे भाकरी शक्यतो उलथण्यानेच जाळावर फिरवावी. तसेच वाफेवर लक्ष ठेवून ती हातावर किंवा अंगावर येणार नाही याची काळजी घ्यावी.

ज्वारीची भाकरी

साहित्य :
१ वाटी ज्वारीचे पीठ, पाणी

कृती :

१) परातीत पीठ घ्या. त्यात खळगा करून थोडेथोडे पाणी ओतत पीठ भिजवा. मनगटाने जोर देत पीठ मळा. गोल उंडा करा.
२) परातीत कोरडे पीठ पसरून त्यावर उंडा ठेवून थापा.
३) तापलेल्या तव्यावर भाकरी टाका. त्यावर पाणी फिरवा व लगेच उलटा. उलटलेली बाजू तव्यावर पूर्ण भाजा.
४) तवा गॅसवरून बाजूला काढून भाकरीची वरची कमी भाजलेली बाजू जाळावर टाकून, उलथण्याने जाळावर फिरवत सगळीकडून फुगेपर्यंत भाजा.
५) भाजलेली भाकरी वायर रॅकवर काढा. गार झाल्यावर डब्यात भरा.

ज्वारीची दशमी
ज्वारीचे पीठ पाण्याने न भिजवता दुधाने भिजवा. भाजताना वर पाण्याऐवजी दूधच पसरा व भाकरी करा.

बाजरीची भाकरी

बाजरीचे पीठ पाण्याने भिजवून वरीलप्रमाणे भाकरी करा. बाजरीची गरम किंवा गार भाकरी दूध–गुळाबरोबर चांगली लागते.

बाजरीची भाकरी : प्रकार २
साहित्य :
बाजरीचे पीठ, चवीपुरते मीठ, पाणी, तीळ

कृती :

१) बाजरीच्या पिठात चवीपुरते मीठ मिसळून पीठ पाण्याने भिजवा व मळून भाकरी थापा.
२) भाकरी तव्यावर टाकून तिच्यावर पाणी फिरवा. लगेच त्यावर सगळीकडे तीळ पसरा. नंतर उलटून तव्यावर आणि जाळात भाजा.

बाजरीची ही भाकरी खासकरून संक्रांतीच्या आदल्या दिवशी 'भोगी'ला करतात. बाजरीची गरम किंवा गार भाकरी लोणी किंवा दही-लसूण चटणीबरोबर छान लागते.

तांदळाची भाकरी

(चावल की रोटी)

तांदळाचे पीठ पाण्याने भिजवून ज्वारीच्या भाकरीप्रमाणे भाकरी करा. ही भाकरी गरमच चांगली लागते.

तांदळाची भाकरी : प्रकार २

साहित्य :

१ वाटी तांदळाचे पीठ, चवीपुरते मीठ, १ वाटी पाणी, १ चमचा तूप किंवा तेल

कृती :

१) पाण्यात मीठ व तूप टाकून उकळा. त्यात तांदळाचे पीठ टाकून उलथण्याने हलवून भिजवा. १० मिनिटे झाकून ठेवा.
२) पीठ कोमट झाल्यावर पाण्याच्या हाताने मळून थापून भाकरी करा. थापून करायची नसल्यास दोन प्लास्टिकच्या कागदांना तेल लावून त्यामध्ये पिठाची गोळी ठेवून लाटूनही ही भाकरी करता येते.
ही भाकरीही गरमच चांगली लागते.

नाचणीची भाकरी

(रागी रोटी)

साहित्य :

अर्धी वाटी नाचणी पीठ, अर्धी वाटी ज्वारी पीठ, चवीपुरते मीठ, पाणी

कृती :

१) दोन्ही पिठे व मीठ एकत्र मिसळा. पीठ साधारण गरम पाण्याने घट्ट भिजवा. २-३ मिनिटे मळून हातावर गोळा करा. कोरडे पीठ पसरून त्यावर भाकरी थापा.

२) भाकरीची थापलेली कोरड्या पिठाची बाजू वर येईल अशा पद्धतीने तापलेल्या तव्यावर टाका, वर पाणी फिरवा. भाकरी तव्यावर सरकायला लागल्यावर उलटून पाणी लावलेली बाजू पूर्ण भाजा. नंतर गॅसवरून तवा बाजूला काढून भाकरीची वरची कमी भाजलेली बाजू जाळावर टाका. भाकरी फुगली की गॅसवरून बाजूला काढा. लोणी किंवा तूप-गुळाबरोबर गरम सर्व्ह करा.

टीप

नुसत्या नाचणी पिठाचीही भाकरी करता येते. पण चव जरा उग्र लागते. म्हणून त्यात थोडे ज्वारीचे किंवा तांदळाचे पीठ मिसळून भाकरी करावी.

मक्के की रोटी

१) मक्याच्या पिठात चवीपुरते मीठ, थोडी बारीक चिरलेली मेथी किंवा कोथिंबीर मिसळून पीठ कोमट पाण्याने घट्ट भिजवा. २-३ मिनिटे चांगले मळून कोरड्या पिठावर हळूहळू भाकरी थापा.

२) भाकरी तापलेल्या तव्यावर टाका. तव्यावर सरकायला लागल्यावर उलटा. नंतर दोन्ही बाजूने तूप किंवा तेल किंवा लोणी सोडून खमंग सोनेरी रंगावर भाजा.

गरम भाकरीबरोबर 'सरसों का साग' म्हणजे मोहरीच्या पानांची भाजी खाल्ली जाते. पण मक्के की रोटी लोणी किंवा तूप-गुळाबरोबरही चांगली जाते.

भाजणीची भाकरी

थालीपिठाच्या भाजणीत चवीपुरते मीठ, तिखट, चिरलेली कोथिंबीर व तीळ घालून पीठ उकळत्या पाण्याने घट्ट भिजवा. २–३ मिनिटे मळून कोरड्या भाजणीवर भाकरी थापा.

भाजताना तेल न वापरता तव्यावर भाकरी टाकल्यावर वर पाणी फिरवून ही भाकरी भाजा.

- **मिश्र पिठाची भाकरी :** ज्वारी, बाजरी, तांदूळ, नाचणी मका इत्यादी पिठे समप्रमाणात घेऊन त्यात चवीप्रमाणे मीठ घाला. गरम पाण्याने भिजवा. भाकरी करा.
- **कळण्याची भाकरी :** १ किलो ज्वारीत पाव किलो काळे उडीद मिसळून पीठ दळून घ्या. भाकरी करताना पिठात चवीपुरते मीठ मिसळून पीठ गार पाण्याने भिजवून भाकरी करा. (ही भाकरी जळगाव, खानदेशात जास्तकरून केली जाते.) या भाकरीबरोबर भाजलेल्या वांग्याचे भरीत सर्व्ह करा.
- **समर्थांचा दहीकाला :** ज्वारीची शिळी भाकरी कुस्करून त्यात बारीक चिरलेला कांदा, मिरची व कोथिंबीर मिसळा. चवीनुसार मीठ, साखर घाला. तेलात मोहरी, जिरे, हिंग व हळद (ऐच्छिक) घालून फोडणी करून ती भाकरीत मिसळा. दही व दूध मिसळून भाकरी सरसरीत करा. वर कोथिंबीर घाला.
- मिश्र पिठाच्या शिळ्या भाकरीचा दहीकालाही दहीपोह्यांप्रमाणे छान आणि पौष्टिकही होतो. सर्व पिठे आपोआप खाण्यात येतात.

थालीपीठ

भाकरीप्रमाणेच थालीपीठ हाही थापून करण्याचा प्रकार. झटपट, पौष्टिक आणि रुचकर. थालीपिठे न भाजलेल्या पिठांची किंवा भाजलेल्या पिठांची म्हणजेच भाजणीची केली जातात.

पिठांचे थालीपीठ

कणीक, ज्वारीचे पीठ व हरभरा डाळीचे पीठ समप्रमाणात घ्या, त्यात कांदा, कोथिंबीर बारीक चिरून घाला. मीठ, तिखट, हळद, हिंग, थोडी धने-जिरे पूड व तेलाचे मोहन घालून पाण्याने पीठ सैलसर भिजवा.

तव्यावर तेल सोडून थालीपीठ थापा. मध्यम आचेवर दोन्हीकडून खरपूस भाजा.

- **काकडीचे थालीपीठ :** काकडी किसून त्यात ज्वारीचे पीठ व हरभरा डाळीचे पीठ तसेच मीठ, तिखट, हळद, हिंग व तेलाचे मोहन घालून पाण्याने पीठ सैलसर भिजवा. तव्यावर तेल सोडून थालीपीठ थापा. मध्यम आचेवर दोन्हीकडून खरपूस भाजा.
  याचप्रमाणे कच्ची पपई, कच्ची केळी, कलिंगडाचा पांढरा भाग किसून त्यात पीठ भिजवून उत्तम थालीपिठे होतात.
- **उपवासाचे थालीपीठ :** उपवासाची भाजणी : साबुदाणा, वरई, राजगिरा, मिळाल्यास

शिंगाडा समप्रमाणात घेऊन खमंग भाजा. थोडे जिरे भाजून घाला व भाजणी दळा. तयार भाजणीत मीठ, तिखट, साखर, भाजलेल्या दाण्याचे कूट व थोडे तूप घालून पीठ पाण्याने पीठ सैलसर भिजवा. तव्यावर तूप सोडून थालीपीठ थापा. मध्यम आचेवर दोन्हीकडून खरपूस भाजा.

उपवासाच्या थालीपिठात बटाटा, रताळे किंवा कच्चे केळे किसून घालू शकता.

पौष्टिक थालीपीठ भाजणी

साहित्य :

अर्धा किलो बाजरी, अर्धा किलो ज्वारी, पाव किलो तांदूळ, पाव किलो हरभरा डाळ, १ वाटी उडीद डाळ, १ वाटी गहू, प्रत्येकी १ वाटी (वाटाणा, मटकी, चवळी, मूग, मसुर, हरभरा, सोयाबीन, राजमा इत्यादी सर्व कडधान्ये), अर्धी वाटी धने, पाव वाटी जिरे

कृती :

१) गॅसवर प्रत्येक धान्य व धनेजिरे मंद आचेवर स्वतंत्रपणे भाजा किंवा मायक्रोवेव्हमध्ये हाय पॉवरवर खालीलप्रमाणे वेळ देऊन भाजा. मध्ये ४–३–२–२–१ मिनिटांच्या अंतराने आतल्याआत हलवा.

ज्वारी व बाजरी १२–१३ मिनिटे, तांदूळ ५–६ मिनिटे, हरभरा डाळ ४–५ मिनिटे, उडीद डाळ व गहू २–३ मिनिटे, सर्व कडधान्ये एकत्र करून ७–८ मिनिटे धने व जिरे २ मिनिटे (स्वतःच्या आवडीप्रमाणे खरपूस होईपर्यंत भाजा) गार करून जाडसर दळा. नंतर त्यात धनेपूड, जिरेपूड, तीळ, तिखट, मीठ, हळद, हिंग मिसळा.

इन्स्टंट भाजणीचे थालीपीठ

(मायक्रोवेव्ह पद्धत)

साहित्य :

१) ४ टे. स्पून बाजरी पीठ, २ टे. स्पून ज्वारी पीठ, १ टे. स्पून प्रत्येकी कणीक, तांदूळ –हरभरा–उडीद–मूग–सोयाबीन–नाचणी–मक्याचे (असतील ती सर्व) पिठे.

२) २ टी स्पून धनेपूड, १ टी स्पून जिरेपूड, १ टी स्पून तीळ, तिखट, मीठ, हळद, हिंग

कृती :

१) काचेच्या पसरट भांड्यात सर्व पिठे एकत्र करून मायक्रोवेव्हमध्ये हाय पॉवरवर ३ ते ४ मिनिटे भाजा. मध्ये प्रथम १ मिनिटाने व नंतर ३०–३० सेकंदांनी आतल्याआत हलवा.

२) नंतर त्यात धनेपूड, जिरेपूड, तीळ, तिखट, मीठ, हळद, हिंग मिसळून हाय पॉवरवर आणखी १ मिनिट मायक्रोवेव्ह करून खमंग वास येईपर्यंत भाजा.

३) तयार भाजणीत चिरलेला कांदा, कोथिंबीर व २ चमचे तेल घाला आणि पाण्याने पीठ भिजवा.

४) मोठ्या तव्यावर तेल सोडून एकच मोठे जंबो किंवा पोळी–भाकरीच्या आकाराचे मध्यम किंवा पुरीच्या आकाराची छोटीछोटी मिनी थालीपिठे थापा, मध्यम आचेवर भाजा.

५) जंबो थालीपिठावर लोणी किंवा सॉस घालून, पिझ्झाप्रमाणे ८ तुकडे करून सर्व्ह करा. मिनी थालीपिठांवरही लोणी, सॉस, किसलेले गाजर, कोबी इत्यादी सॅलड्स, किसलेले चीज वगैरे पसरून सर्व्ह करा.

सुधा कुलकर्णी

- पारंपरिक, आधुनिक, देशी–विदेशी पाककला क्षेत्रातील तज्ज्ञ. 'भारतीय पदार्थांसाठी मायक्रोवेव्ह ओव्हनचा वापर' या विषयाचा गेली २० वर्षे अभ्यास. याबरोबरच पारंपरिक पाककलेचा शास्त्रशुद्ध अभ्यास.
- मायक्रोवेव्ह ओव्हनमध्ये तब्बल १५०० पेक्षा जास्त पदार्थांचे यशस्वी प्रयोग.
- मायक्रोवेव्ह कुकिंग या विषयावरील अनेक पुस्तके प्रकाशित. याखेरीज, अनेक नामांकित मासिकांमध्ये लेखन. *मायक्रोवेव्ह ग्रिल कन्व्हेंशन कुकरी गाईड* या पुस्तकाच्या २४ आवृत्त्या प्रकाशित.
- अनेक वाहिन्यांवरील कुकरी शोमध्ये सहभाग. विविध कार्यशाळांमधून महिलांना मायक्रोवेव्ह कुकिंगविषयक मार्गदर्शन. कुकरी क्लासेसच्या माध्यमातून स्वयंरोजगाराच्या दृष्टीने मार्गदर्शन.
- झटपट – सुलभ – आरोग्यदायी – चविष्ट या चतु:सूत्रीनुसार सोपे, आरोग्यदायी आणि स्वादिष्ट पदार्थ झटपट तयार करण्यासाठी साततत्याने प्रयत्नशील.

www.ingramcontent.com/pod-product-compliance
Lightning Source LLC
LaVergne TN
LVHW082038051026
849532LV00011B/3402
* 9 7 8 9 3 8 4 3 1 6 6 7 9 *